சிறு தானிய சமையல்

தீபா சேகர்

சிறு தானிய சமையல்

Arogiyam Tharum Sirudhaniya Samaiyal

Deepa Sekar ©

First Edition: January 2015

104 Pages

Printed in India by Repro Knowledgecast Limited, Thane

ISBN: 978-93-5135-198-6

Title No: Kizhakku 786

Kizhakku Pathippagam

177/103, First Floor,

Ambal's Building, Lloyds Road

Royapettah, Chennai 600 014.

Ph: +91-44-4200-9603

Email : support@nhm.in

Website : www.nhm.in

Kizhakku Pathippagam is an imprint of New Horizon Media Private Limited.

ஆரோக்கியம் தரும்

சிறு தானிய சமையல்

தீபா சேகர்

குதிரை வாலி அரிசி

சோளம்

கொள்ளு

சைட் டிஷ்

அவசியம் தெரிந்துகொள்ள வேண்டிய
சிறு தானியங்களின் நற்குணங்கள், பலன்கள்:

1. தினை (Foxtail Millet): இந்தத் தானியம் உலக அளவில் பயிரிடப்படுகிறது. நீரிழிவு நோயாளி களுக்கு மிகவும் நல்லது. சமைப்பது எளிது. செரிமானம் மிகவும் சுலபம்.

2. சாமை (Little Millet): சாமை தானியம் அதிக மருத்துவக் குணம் கொண்டது. வயிற்றுப் புண்ணை ஆற்றும் சக்தி வாய்ந்தது. மலச் சிக்கல் வராமல் தடுக்கும். எல்லா வயதினர்களுக்கும் உண்ண ஏற்றது.

3. கம்பு (Pearl Millet): கம்பு உடலுக்கு மிகவும் குளிர்ச்சி தரக் கூடியது. பாலூட்டும் தாய்மார்களுக்கு ஏற்றது. வயிற்றுப் புண், குடல் புண்ணை ஆற்றும் குணம் கொண்டது. இரும்பு, புரதச் சத்து, மாவுச் சத்து நிறைந்தது.

4. கேழ்வரகு அல்லது ராகி (Finger Millet) : கேழ்வரகு தானியம் நீரிழிவு நோயாளிகளுக்கு மிக மிக நல்லது. உடல் எடையைக் குறைக்கும் குணம் கொண்டது. குழந்தைகளுக்கு மிகச் சிறந்த உணவு. கஞ்சி, கூழ் தயார் செய்ய மிகவும் உகந்தது.

5. குதிரைவாலி (Barnyard Millet): இத்தானியம் உடல் உறுப்புகளைத் தூய்மைப்படுத்தும் நற்குணம் கொண்டது. மிகவும் நார்ச் சத்து உள்ளது. புரதச் சத்து, இரும்புச் சத்தும் அதிகம் கொண்டது.

6. வரகு (Kodo Millet): வரகு நீரிழிவு நோயாளிகளுக்கு ஏற்றது. இந்த வரகுச் செடி தண்ணீர் இல்லாமலேயே வாழும் ஆற்றல் கொண்டது. உடல் பருமனைக் குறைக்க வல்லது. பெண்களுக்கு மாத விடாய் பிரச்னைகளை சரி செய்ய வல்லது. கண்களுக்கு மிகவும் நல்லது.

7. சோளம் (White Millet): சோளம் பல ஆயிரம் ஆண்டுகளாக உணவுகளில் சேர்க்கப்படுகிறது. மாவுச் சத்து, நார்ச் சத்து அதிகம் உள்ளது. இதை சிறிது சாப்பிட்டாலே வயிறு நிரம்பி விடும். நீரிழிவு நோயாளிகளுக்கு மிகவும் உகந்தது.

8. கொள்ளு (Horse Gram): கொள்ளு தானியம் சளி, இருமலுக்கு மிகவும் நல்லது. மலச்சிக்கல் வராமல் பாதுகாக்கும். வயிறு உபாதைகளுக்கு நல்லது. இந்தத் தானியத்தை அளவாகச் சாப்பிடுவது மிகவும் நன்மை பயக்கும்.

திணை

1. திணை பாயசம்

தேவையான பொருள்கள்:

(வெறும் வாணலியில் பொன் நிறமாக வறுத்துப் பொடித்த) திணை அரிசி பொடி - 1/4 கப்

வேக வைத்த பாசி பருப்பு - 1 கப்

பாகு வெல்லம் - 1 1/2 கப் (வெல்லத்தைப் பொடித்து 1/2 கப் தண்ணீரில் கரைத்து, கொதிக்க விட்டு பின் வடிகட்டவும்.)

தண்ணீர் - 3/4 கப்

காய்ச்சி ஆறிய பால் - 1 கப்

விழுதாக அரைக்க:

தேங்காய் துருவல் - 1/2 கப்

முந்திரி துண்டுகள் - 2 டேபிள் ஸ்பூன்

கிராம்பு - 3

பாயசத்தின் மேல் விட:

நெய் - 1 டேபிள் ஸ்பூன்

செய்முறை:

❖ அடி கனமான ஒரு வாணலியில் 3/4 கப் தண்ணீர் விட்டு திணை பொடியை நன்கு கட்டியில்லாமல் கரைக்கவும்.

❖ கரைத்ததை அடுப்பிலேற்றி, சிம்மில் வைத்துக் கிளறவும்.

❖ கரைசல் சற்று கெட்டியானதும், வேக வைத்த பாசிப் பருப்பு, அரைத்த தேங்காய், முந்திரி கலவையைச் சேர்த்துக் கலக்கவும். மேலும் 5 நிமிடம் சிம்மில் வைத்து கொதிக்க வைக்கவும்.

❖ ஐந்து நிமிடத்துக்குப் பிறகு வெல்லக் கரைசல் சேர்த்து, மேலும் 3 நிமிடம் கொதிக்க வைத்து, அதற்குப் பிறகு பாலைக் கலக்கவும். மேலும் 3 நிமிடம் கொதித்த பிறகு, அடுப்பிலிருந்து கீழே இறக்கி, நெய்யைச் சேர்த்துக் கலந்து, சூடாகப் பரிமாறவும்.

❖ திணை பாயசத்துடன், சூடான வடை, தேங்காய் சட்னியும் சேர்த்து ருசித்தால் அட்டகாசம்தான்.

2. தினை லட்டு

தேவையான பொருள்கள்:

துருவிய தேங்காய் - 1/2 கப்

வெறும் வாணலியில் பொன்னிறமாக வறுத்துப் பொடித்த தினை - 2 டேபிள் ஸ்பூன்

பேரீச்சம் பழம் (கொட்டை இல்லாதது) - 10 அல்லது 12

காய்ந்த திராட்சை - 2 டேபிள் ஸ்பூன்(பொடியாக நறுக்கவும்)

காய்ந்த அத்திப்பழம் - 4 (பொடியாக நறுக்கவும்)

ஏலப் பொடி - 1/2 டி ஸ்பூன்

பாதாம் பருப்பு - 10

நெய் - 1 டேபிள் ஸ்பூன்

முந்திரி - 10

செய்முறை:

❖ முதலில் பாதாம், முந்திரியை கரகரப்பாக பொடிக்கவும்.

❖ அடுத்து பேரீச்சம் பழத்தை நைசாக அரைக்கவும்.

❖ வறுத்த தினையைப் பொடிக்கவும்.

❖ பின் அடி கனமான ஒரு வாணலியை அடுப்பிலேற்றி, நெய்யை விடவும். முதலில் துருவிய தேங்காயைப் போட்டு பொன்னிறமாக, நிதானமாக தீயில் வறுக்கவும்.

❖ பின் அரைத்த பேரீச்சை விழுது, தினைப் பொடி, ஏலப் பொடி, நறுக்கிய திராட்சை, அத்திப் பழம், பொடித்த பாதாம், முந்திரி போட்டு சுருளக் கிளறவும். இறக்கவும்.

❖ ஆறிய பின்னர் கையில் நெய் தடவிக் கொண்டு, லட்டுகளாகப் பிடிக்கவும்.

❖ இந்தத் தினை லட்டு எத்தனை சாப்பிட்டாலும் திகட்டாது. மிகவும் ருசியாக இருக்கும்.

3. திணை அரிசி, குதிரைவாலி அரிசி, சாமை அரிசி இடியாப்பம்

தேவையான பொருள்கள்:

திணை அரிசி மாவு - ஒரு கப்

குதிரைவாலி அரிசி மாவு - 1/2 கப்

சாமை அரிசி மாவு - 1/2 கப்

வெதுவெதுப்பான தண்ணீர் - தேவையான அளவு

உப்பு - ருசிக்கேற்ப

செய்முறை:

❖ முதலில் திணை அரிசி மாவையும், குதிரைவாலி அரிசி, சாமை அரிசி மாவையும் - ருசிக்கேற்ப உப்பு போட்டுக் கலக்கவும்.

❖ பின் கலக்கிய மாவில் தேவையான வெதுவெதுப்பான நீர் விட்டுக் கலந்து, மாவை உருட்டி வைக்கவும்.

❖ அடுத்ததாக இடியாப்ப அச்சில் லேசாக எண்ணெய் தடவி, உருட்டிய மாவைப் போட்டு, இடியாப்பமாகப் பிழிந்து, இட்லி பானையில் வேக விடவும்.

❖ இடியாப்பம் வெந்ததும் இறக்கி சூடாக குருமா, சொதி, தேங்காய் சட்னி வைத்துப் பரிமாறவும்.

4. திணை அரிசி, குதிரைவாலி அரிசி, சாமை அரிசி தாளித்த இடியாப்பம்

தேவையான பொருள்கள்:

(மேற்கூறிய 3ம் சமையல் குறிப்பின்படி செய்த) இடியாப்பம் - 10

கடைந்த புளிப்பில்லாத சற்று நீர்க்க இருக்கும் மோர் - 4 டம்ளர்

உப்பு - ருசிக்கேற்ப

தாளிக்க:

சமையல் எண்ணெய் - 1 1/2 டேபிள் ஸ்பூன்

கடுகு - 1 டி ஸ்பூன்

கடலைப் பருப்பு - 1 டி ஸ்பூன்

உளுத்தம் பருப்பு - 1/2 டி ஸ்பூன்

பொடியாக நறுக்கிய பெரிய வெங்காயம் - 1 கப்

பொடியாக நறுக்கிய பச்சை மிளகாய் - 1 டேபிள் ஸ்பூன்

கிள்ளிய கறிவேப்பிலை - சிறிது

செய்முறை:

❖ நன்கு கடைந்த மோரில் இடியாப்பத்தை 5 நிமிடம் ஊற விடவும். பின் பிழிந்து ஒரு தட்டில் வைக்கவும்.

❖ அடுத்து அடி கனமான ஒரு வாணலியில் தாளிக்க எண்ணெய் விட்டுக் காய்ந்ததும், கடுகு தாளித்து, பின் கடலைப் பருப்பு, உளுத்தம் பருப்பு தாளித்து, பொடியாக நறுக்கிய வெங்காயம், பச்சை மிளகாயைப் போட்டு, நிதானமான தீயில் வைத்து, வதக்கவும்.

❖ வெங்காயம் நன்கு வதங்கியதும் ருசிக்கேற்ப உப்பு போட்டு, நன்கு கலந்து, பின் அடுப்பை அணைத்து விடவும். வாணலியில் பிழிந்த இடியாப்பம், கிள்ளிய கறிவேப்பிலையைப் போட்டு கிளறி, இறக்கி, பரிமாறவும்.

❖ தாளித்த இடியாப்பம் சூப்பர் சுவையில் இருக்கும்.

5. திணை கார பணியாரம்

தேவையான பொருள்கள்:

திணை அரிசி - 1 கப்

பச்சரிசி - 1 கப்

புழுங்கல் அரிசி - 2 கப்

உளுந்து - 1/4 கப்

வெந்தயம் - 1 டீ ஸ்பூன்

உப்பு - ருசிக்கேற்ப

தாளிக்க:

எண்ணெய் - 1 டீ ஸ்பூன்

பச்சை மிளகாய் - 2 (பொடியாக நறுக்கியது)

பொடியாக நறுக்கிய இஞ்சி - 1 டீ ஸ்பூன்

கறிவேப்பிலை - சிறிது (பொடியாக நறுக்கியது)

பொடியாக நறுக்கிய பச்சை கொத்தமல்லி - சிறிது

பணியாரம் சுட சமையல் எண்ணெய் – தேவையான அளவு

செய்முறை:

❖ திணை அரிசி, பச்சரிசி, புழுங்கல் அரிசி, உளுந்து, வெந்தயம் இவற்றை

நன்கு கழுவி, தேவையான அளவு தண்ணீரில் 2 மணி நேரம் ஊற வைக்கவும்.

❖ 2 மணி நேரத்துக்குப் பிறகு எடுத்து தண்ணீரை வடித்து நைசாக இட்லி மாவு பதத்துக்கு அரைத்துக் கொள்ளவும்.

❖ பிறகு தேவையான அளவு உப்பு போட்டு, கரைத்து, மாவை ஒரு மணி நேரம் புளிக்க வைக்கவும்.

❖ ஒரு மணி நேரத்துக்குப் பின் மாவில் இஞ்சி, பச்சை மிளகாய் தாளித்துக் கொட்டி, குழி பணியாரக் கல்லில் பணியாரங்களாகச் சுட்டு எடுக்கவும்.

❖ சூடாக தக்காளி சட்னி வைத்துப் பரிமாறவும்.

6. தினை அரிசி வெஜிடெபிள் பிரியாணி

தேவையான பொருள்கள்:

தினை அரிசி - 1 கப்

பொடியாக நறுக்கிய (முட்டைக்கோஸ், காரட், பீன்ஸ்) காய்கறி கலவை - 1 கப்

நறுக்கிய இஞ்சி, பூண்டு - 1 டேபிள் ஸ்பூன்

நறுக்கிய பச்சை மிளகாய் - 2

பொடியாக நறுக்கிய புதினா இலைகள் - 2 டேபிள் ஸ்பூன்

பொடியாக நறுக்கிய பச்சை கொத்தமல்லி - 1 டேபிள் ஸ்பூன்

உப்பு - ருசிக்கேற்ப

விழுதாக அரைக்க:

பெரிய வெங்காயம் - 1

தக்காளி (சிறியது) - 1

பட்டை - 1 சிறிய துண்டு

ஏலக்காய் - 1

கிராம்பு - 2

தாளிக்க:

நெய் - 1 டீ ஸ்பூன்

சமையல் எண்ணெய் - 1 1/2 டீ ஸ்பூன்

சோம்பு - 2 சிட்டிகை

அலங்கரிக்க

எலுமிச்சை சாறு - 1 டீ ஸ்பூன்

செய்முறை:

❖ முதலில் 1 கப் தினை அரிசியை 15 நிமிடம் ஊற வைத்து வடிகட்டவும்.

❖ பிறகு ஒரு குக்கரில் எண்ணெய், நெய் ஊற்றிக் காய்ந்ததும் சோம்பு தாளித்து அரைத்து வைத்துள்ள வெங்காயம், தக்காளி கலவையை ஊற்றி வதக்கவும். கூடவே நறுக்கிய இஞ்சி, பூண்டு, பச்சை மிளகாய் கலந்து பச்சை வாசனை போகும் வரை வதக்கவும்.

❖ எல்லாம் நன்கு வதங்கியதும் அதனுடன் நறுக்கிய காய்கறிகள், ருசிக்கேற்ப உப்பு, தினை அரிசியைப் போட்டுக் கலந்து, கூடவே சிறிது புதினா, சிறிது கொத்தமல்லி போட்டு கலந்து, 1 கப் தினை அரிசிக்கு 1 3/4 கப் சுடு தண்ணீர் விட்டு, குக்கரை மூடி, வெயிட் போட்டு வேகவிடவும்.

❖ குக்கரில் ஒரு விசில் வந்தவுடன் அடுப்பை நிறுத்தி, பின்பு பிரஷர் போனவுடன் குக்கரைத் திறந்து ஒரு முள் கரண்டியால் (fork) நன்கு கிளறி, மேலே சிறிது மல்லி, புதினா தூவி, எலுமிச்சை சாறு விட்டு கிளறி, சூடாக வெங்காய தயிர்ப் பச்சடியுடன் பரிமாற -

❖ ஆஹா, தினை அரிசி வெஜிடெபிள்பிரியாணி என்ன ருசி!

7. தினை அரிசி பட்டாணி குருமா

தேவையான பொருள்கள்:

வேக வைத்த பச்சைப் பட்டாணி - 2 கப்

வெறும் வாணலியில் பொன்னிறமாக வறுத்துப் பொடித்த தினை மாவு - 1 டேபிள் ஸ்பூன்

உப்பு - ருசிக்கேற்ப

தண்ணீர் - 1/2 கப்

எண்ணெயில் வதக்கி விழுதாக அரைக்க -

நறுக்கிய பெரிய வெங்காயம் - 2

தக்காளி - 2

பச்சை மிளகாய் - 4

இஞ்சி - 1 சிறிய துண்டு

பூண்டு - 4 பற்கள்

பட்டை, கிராம்பு, ஏலக்காய் - தலா 1

சோம்பு - 2 சிட்டிகை

புதினா - 1 டேபிள் ஸ்பூன்

பச்சை கொத்தமல்லி - 2 டேபிள் ஸ்பூன்

சமையல் எண்ணெய் - 2 டீ ஸ்பூன்

தாளிக்க:

சமையல் எண்ணெய் - 2 டேபிள் ஸ்பூன்

நறுக்கிய முந்திரி துண்டுகள் - 1 1/2 டேபிள் ஸ்பூன்

செய்முறை:

❖ நல்ல அடி கனமான ஒரு வாணலியில் சமையல் எண்ணையைக் காய வைத்து, முந்திரி துண்டுகளைப் போட்டு பொன்னிறமாக வதக்கவும். பின் அரைத்த கலவையை ஊற்றி, கூடவே ருசிக்கேற்ப உப்பு போட்டு ஒரு ஐந்து நிமிடம் வதக்கவும்.

❖ பின் வேக வைத்த பச்சைப் பட்டாணியைப் போட்டு வதக்கி, 1 டேபிள் ஸ்பூன் வறுத்த தினை மாவை 1/2 கப் தண்ணீரில் கரைத்து ஊற்றிக் கொதிக்கவிடவும்.

❖ சுமார் 3 நிமிடம் கொதித்து குருமா பதத்துக்கு வந்ததும் இறக்கி, சூடாக சப்பாத்தியுடன் பரிமாறவும்.

❖ சுவையான தினை அரிசி பட்டாணி குருமா ரெடி.

குறிப்பு:

இந்தக் குருமா மிகவும் சுவையாகவும், கண்களுக்கு ரம்மியமாகவும் இருக்கும். குருமா சற்று இறுகி விட்டால் சிறிது சுடு தண்ணீர் சேர்த்துக் கலக்கவும்.

8. தினை அரிசி சர்க்கரைப் பொங்கல்

தேவையான பொருள்கள்:

தினை அரிசி - 1 கப் (15 நிமிடம் ஊற வைக்கவும்) பின்பு வடிகட்டவும்.

மலர வேக வைத்த பாசி பருப்பு - 1/2 கப்

பாகு வெல்லம் கொண்டு காய்ச்சிய பாகு - 2 கம்பி பதம் பாகு - 1 கப்

ஏலப் பொடி - 1/2 டீ ஸ்பூன்

ஜாதிக்காய் பொடி - 1/4 டீ ஸ்பூன்

தண்ணீர் - 1 3/4 கப்

காய்ச்சிய பால் - 1/4 கப்

தாளிக்க:

நெய் - 2 டேபிள் ஸ்பூன்

நறுக்கிய முந்திரி துண்டுகள் - 2 டேபிள் ஸ்பூன்

செய்முறை:

❖ ஒரு குக்கரில் ஊற வைத்த தினை அரிசியைப் போட்டு, 1 கப் தினை அரிசிக்கு 2 கப் தண்ணீர் விட்டு மூடி போட்டு, ஒரு விசில் வந்தவுடன் இறக்கி விடவும்.

❖ பிரஷர் போன பிறகு குக்கர் மூடியைத் திறந்து, வெந்த தினை அரிசியுடன் வேக வைத்த பாசிப் பருப்பு, காய்ச்சிய பால் விட்டு கொதிக்கவிடவும்.

❖ ஒரு கொதி வந்தவுடன், வெல்ல பாகை விட்டு ஏலப் பொடி, ஜாதிக்காய் பொடி தூவிக் கலந்து, நிதானமான தீயில் 5 நிமிடம் கொதிக்க விடவும்.

❖ பின் நெய் காயவைத்து முந்திரி தாளித்துக் கொட்டவும்.

❖ அவ்வளவுதான், தினை அரிசி சர்க்கரைப் பொங்கல் ரெடி. சுடச் சுட பரிமாறவும்.

9. தினை அரிசி மலாய் கோப்தா

தேவையான பொருள்கள்:

வெறும் வாணலியில் பொன்னிறமாக வறுத்துப் பொடித்த தினை அரிசி மாவு - 2 டேபிள் ஸ்பூன்

வேக வைத்து, தோல் உரித்து, துருவிய உருளைக் கிழங்கு - 3

வேக வைத்த பச்சைப் பட்டாணி - 2 டேபிள் ஸ்பூன்(லேசாக மசிக்கவும்)

உப்பு - ருசிக்கேற்ப

ரஸ்க் தூள் - 1 கப்

பொடியாக நறுக்கிய பச்சை மிளகாய் - 2

கோப்தா பொரிக்க:

சமையல் எண்ணெய் - தேவையான அளவு

செய்முறை:

❖ முதலில் ஒரு அகலமான தட்டில் வேக வைத்து துருவிய உருளைக் கிழங்கு, தினை மாவு, மசித்த பச்சை பட்டாணி, ருசிக்கேற்ப உப்பு, ரஸ்க் பொடி, நறுக்கிய பச்சை மிளகாய் போட்டு நன்கு பிசையவும்.

❖ தேவைப்பட்டால் (கலவை சற்று இறுக்கமாக இருந்தால்) சிறிது தண்ணீர் தெளித்து, நீள வடிவில் ரோல்கள் (rolls) ஆக உருட்டி, பொன்னிறமாகப் பொரித்து தனியாக எடுத்து வைக்கவும்.

❖ ஒரு தட்டில் டிஷ்யூ பேப்பர் போட்டு, பொரித்த ரோல்ஸை வைக்கவும்.

கோப்தாவிற்கு க்ரேவி செய்யத் தேவையான பொருள்கள்:

பொடியாக நறுக்கிய பெரிய வெங்காயம் - 1/2 கப்

உப்பு - ருசிக்கேற்ப

எண்ணெயில் வதக்கி விழுதாக அரைக்க:

சமையல் எண்ணெய் - 1 டீ ஸ்பூன்

இஞ்சி - 1 சிறிய துண்டு

பூண்டு - 4 பல்

தக்காளி (நறுக்கியது) - 4

கேரட் (தோல் சீவி துருவவும்) - 1/2 கப்

காஷ்மீரி மிளகாய்ப் பொடி - 1 டேபிள் ஸ்பூன்

தனியா பொடி - 1 டேபிள் ஸ்பூன்

கரம் மசாலா பொடி - 1 டேபிள் ஸ்பூன்

தாளிக்க:

நெய் - 1 டேபிள் ஸ்பூன்

சமையல் எண்ணெய் - 2 டேபிள் ஸ்பூன்

சீரகம் - 1 டீ ஸ்பூன்

மேலே அலங்கரிக்க

ஃபிரஷ் க்ரீம் (மலாய்) - சிறிது

கசூரி மேத்தி (காய்ந்த வெந்தய கீரை இலைகள்) - சிறிது

பொடியாக நறுக்கிய பச்சை கொத்தமல்லி - சிறியது

செய்முறை:

❖ அடி கனமான ஒரு வாணலியை அடுப்பில் வைத்து நெய், எண்ணெய் ஊற்றிக் காய்ந்ததும், சீரகம் தாளித்து, பின் பொடியாக நறுக்கிய வெங்காயத்தைப் போட்டு வதக்கவும்.

❖ வெங்காயம் நன்கு வதங்கியதும், விழுதாக அரைத்து வைத்துள்ள கலவையைப் போட்டு வதக்கவும். ருசிக்கேற்ப உப்பு சேர்த்து கொதிக்கவிடவும்.

❖ கலவை சற்று கெட்டியாக இருந்தால் சிறிது தண்ணீர் விட்டு கலந்து, ஒரு கொதி வந்தவுடன் இறக்கி வைக்கவும்.

கோப்தா பரிமாறும் முறை:

❖ ஒரு தட்டில் பொரித்த கோப்தாவை அடுக்கி, அதன் மேல் சூடான க்

ரேவியை விட்டு, மேலே ஃபிரஷ் க்ரீம், கசூரி மேத்தி, கொத்தமல்லித் தழை போட்டு சூடான பரோட்டா, ஃபுல்காவுடன் பரிமாறவும்.

குறிப்பு: கோப்தா பொரிக்கும் பொழுது, பொன்னிறமாகப் பொரிக்கவும். சிறு தீயில் மெதுவாகப் பொரிக்கவும். கசூரி மேத்தியை கையால் நசுக்கிப் போட்டால் நல்ல மணம் கிடைக்கும்.

10. திணை மாவு ஃப்ரூட் கஸ்டர்டு

தேவையான பொருள்கள்:

வெறும் வாணலியில் பொன்னிறமாக வறுத்துப் பொடித்த திணை மாவு - 2 டேபிள் ஸ்பூன்

வெனிலா கஸ்டர்டு பவுடர் - 1/2 கப்

காய்ச்சி ஆறிய பால் - 5 கப்

பொடித்த சர்க்கரை - 1/2 கப்

சூடான பாலில் கரைத்த குங்குமப்பூ - 4 இதழ்கள்

பொடியாக நறுக்கிய பழக் கலவை - 2 கப் (அன்னாசி, மாம்பழம், மாதுளை முத்துக்கள், ஆப்பிள், சப்போட்டா)

செய்முறை:

❖ முதலில் அடி கனமான ஒரு வாணலியில் 5 கப் பாலை ஊற்றி, அதனுடன் 1/2 கப் கஸ்டர்டு பவுடர், 2 டேபிள் ஸ்பூன் பொடித்த திணை அரிசிப் பொடியைப் போட்டு ஒரு விஸ்க் (Whisk) வைத்து கட்டி இல்லாமல் கரைத்துக் கொள்ளவும்.

❖ கரைத்த கலவையுடன் அந்த வாணலியை அப்படியே அடுப்பிலேற்றி, சிம்மில் வைத்துக் கிளறவும்.

❖ கலவை கொதிக்கத் தொடங்கியதும் 2 நிமிடம் சென்று, பொடித்த சர்க்கரை சேர்த்து கலக்கி அடுப்பிலிருந்து இறக்கவும்.

❖ அடுப்பிலிருந்து இறக்கியதுமே, குங்குமப் பூ கலவை கலந்து, ஆற விடவும். ஆறியவுடன், பழக் கலவையை கலந்து, ஒரு பாத்திரத்தில் மாற்றி, குளிர் சாதன பெட்டியில் 3 மணி நேரம் வைத்து, சில்லென்று பரிமாறவும்.

❖ சுவையான திணை மாவு ஃப்ரூட் கஸ்டர்டு ரெடி.

❖ நல்ல வெய்யில் நாட்களில் இந்த கஸ்டர்டை ஒரு கப்பில் வைத்து, ஒரு ஜன்னல் ஓரத்தில் அமர்ந்து, சுவைத்தால் அடடா ... வர்ணிக்க வார்த்தைகளே இல்லை.

குறிப்பு

கலவை தோசை மாவு பதத்தில் இருக்க வேண்டும். சற்று இறுகி விட்டால், காய்ச்சி ஆற வைத்த பால் விட்டுக் கலக்கவும்.

11. திணை அரிசி உப்புமா

தேவையான பொருள்கள்:

திணை அரிசி - 1 1/2 கப்

பொடியாக நறுக்கிய பெரிய வெங்காயம் - 1/4 கப்

இஞ்சி, பச்சை மிளகாய் விழுது - 1 டேபிள் ஸ்பூன்

பொடியாக நறுக்கிய கோஸ், பீன்ஸ், காரட் கலவை - 1/4 கப்

அரை வேக்காடு வேக வைத்த பாசி பருப்பு - 1/4 கப்

துருவிய தேங்காய் - 2 டேபிள் ஸ்பூன்

(சற்று கரகரப்பாகப் பொடித்த) மிளகு, சீரகப் பொடி - 2 டீ ஸ்பூன்

சுடு தண்ணீர்- 3 கப்

எலுமிச்சைச் சாறு - 1 டேபிள் ஸ்பூன்

தாளிக்க:

தேங்காய் எண்ணெய் - 1 டேபிள் ஸ்பூன்

சமையல் எண்ணெய் - 1 டேபிள் ஸ்பூன்

கடுகு - 1 டீ ஸ்பூன்

உளுத்தம் பருப்பு - 1 டீ ஸ்பூன்

கிள்ளிய கறிவேப்பிலை - சிறிது

செய்முறை:

❖ ஒரு பாத்திரத்தில் திணை அரிசியைக் கழுவி, தண்ணீரில் 15 நிமிடம் ஊற வைத்து வடிகட்டவும்.

❖ பின் அடி கனமான ஒரு வாணலியில் தேங்காய் எண்ணெய், சமையல் எண்ணெய் ஊற்றிக் காய்ந்ததும் தாளிக்க கொடுத்தவற்றைத் தாளித்து, பின் வெங்காயத்தைப் போட்டு வதக்கவும்.

❖ வெங்காயம் வதங்கியதும் நறுக்கிய காய்கறிகளைப் போட்டு வதக்கவும். ருசிக்கேற்ப உப்பு சேர்க்கவும். கூடவே இஞ்சி, பச்சை மிளகாய் விழுதையும் போட்டு வதக்கவும்.

❖ காய்கறிகள் வெந்து பச்சை வாசனை போனதும், வேக வைத்த பாசிப் பருப்பைப் போட்டு, பின் ஊற வைத்து வடிகட்டிய திணை

அரிசியையும் போட்டு கலக்கவும். கூடவே துருவிய தேங்காய் போட்டு, 3 கப் சுடு தண்ணீர் விட்டு கொதிக்கவிடவும்.

❖ ஒரு கொதி வந்தவுடன் மூடி போட்டு மூடி, அடுப்பை சிம்மில் வைத்து வேக விடவும். தினை வெந்தவுடன், அடுப்பிலிருந்து இறக்கி, மிளகு சீரகப் பொடி, எலுமிச்சைச் சாறு விட்டு கலந்து, சூடாக தேங்காய் அல்லது புதினா சட்னியுடன் பரிமாறவும்.

12. தினை சட்னி

தேவையான பொருள்கள்:

வெறும் வாணலியில் பொன்னிறமாக வறுத்த தினை அரிசி - 1/4 கப்

வதக்கிய வெங்காயம் - 1 கப்

வதக்கிய தக்காளி - 1

வதக்கிய பச்சை மிளகாய் - 3

புளி - 1 சிறிய சுளை

உப்பு - ருசிக்கேற்ப

இஞ்சி - 1 சிறிய துண்டு

கறிவேப்பிலை - சிறிது

பச்சைக் கொத்தமல்லி - சிறிது

தாளிக்க:

சமையல் எண்ணெய் - 1 டேபிள் ஸ்பூன்

கடுகு - 1 டீ ஸ்பூன்

உளுத்தம் பருப்பு - 1 டேபிள் ஸ்பூன்

கிள்ளிய வர மிளகாய் - 2

செய்முறை:

❖ தினை அரிசி தொடங்கி கொத்தமல்லிவரை எல்லாப் பொருள் களையும் மொத்தமாகச் சேர்த்து கெட்டியாக, நைசாக, அரைத்து, தாளிக்க் கொடுத்தவற்றை தாளித்துக் கொட்டவும். இட்லி, தோசை, பொங்கல், உப்புமாவுடன் பரிமாறவும். ருசி அபாரமாக இருக்கும்.

❖ முதலில் தினை அரிசியை மிக்ஸியில் ஒரு சுற்று சுற்றி, பின் மற்ற சாமான்கள் சேர்த்து அரைக்க, நன்றாக மசியும்.

சாமை

13. சாமை அரிசி வெள்ளையப்பம்

தேவையான பொருள்கள்:

சாமை அரிசி - 1 கப்

பச்சரிசி - 2 கப்

உளுந்து - 1 கப்

கடலைப் பருப்பு - 1 டேபிள் ஸ்பூன்

உப்பு - ருசிக்கேற்ப

பொடியாக நறுக்கிய இஞ்சி - 1 டேபிள் ஸ்பூன்

பொடியாக நறுக்கிய பச்சை மிளகாய் - 1 டேபிள் ஸ்பூன்

பொடியாக நறுக்கிய கறிவேப்பிலை - சிறிது

மிகப் பொடியாக நறுக்கிய தேங்காய் துண்டுகள் - 1/4 கப்

முழு மிளகு - 1 டேபிள் ஸ்பூன்

சமையல் எண்ணெய் (வெள்ளையப்பம் பொரிக்க) - தேவையான அளவு

செய்முறை:

❖ சாமை அரிசி, பச்சரிசி, உளுந்து கடலைப் பருப்பு எல்லாவற்றையும் கழுவி, தண்ணீரில் 11/2 மணி நேரம் ஊற வைக்கவும்.

❖ பின்பு ஊற வைத்ததை தண்ணீர் வடிகட்டி நன்கு நைசாக வடை மாவு பதத்துக்கு அரைத்துக் கொள்ளவும்.

❖ அந்த மாவில், ருசிக்கேற்ப உப்பு, நறுக்கிய இஞ்சி, பச்சை மிளகாய், கறிவேப்பிலை, மிளகு, தேங்காய் துண்டுகளைப் போட்டு நன்கு கலந்து வைக்கவும். மாவை குறைந்தது ஒரு மணி நேரம் புளிக்க விடவும்.

❖ ஒரு மணி நேரத்துக்குப் பிறகு, வாணலியில் பொரிக்கத் தேவையான அளவு சமையல் எண்ணெய் விட்டு சூடாக்கி, வெள்ளை அப்ப மாவை கரண்டியில் மொண்டு அப்பமாக வார்த்து பொன்னிறமாக பொரித்து எடுத்து எடுக்கவும்.

❖ சூடாக தேங்காய் சட்னி, சாம்பாருடன் பரிமாறவும்.

குறிப்பு:

அரைத்த வெள்ளையப்ப மாவை 4 மணி நேரம் புளிக்க வைத்தால் ருசி மிக நன்றாக இருக்கும்.

14. சாமை கிச்சடி [1]

தேவையான பொருள்கள்:

சாமை அரிசி ரவை - 2 கப்

பொடியாக நறுக்கிய பெரிய வெங்காயம் - 1 கப்

பொடியாக நறுக்கிய தக்காளி - 1/2 கப்

இடித்த இஞ்சி, பூண்டு, பச்சை மிளகாய் கலவை - 1 டேபிள் ஸ்பூன்

உப்பு - ருசிக்கேற்ப

மஞ்சள் பொடி - 1/4 டீ ஸ்பூன்

சுடு தண்ணீர் - 5 கப்

தாளிக்க:

சமையல் எண்ணெய் - 3 டேபிள் ஸ்பூன்

கடுகு - 1 டீ ஸ்பூன்

உளுத்தம் பருப்பு, கடலைப் பருப்பு (தலா) - 1 டீ ஸ்பூன்

கிள்ளிய கறிவேப்பிலை - சிறிது

மேலே கலக்க:

நெய் - 1 டேபிள் ஸ்பூன்

செய்முறை:

❖ அடி கனமான ஒரு வாணலியில் எண்ணெய் ஊற்றிக் காய்ந்ததும் தாளிக்கக் கொடுத்த பொருள்களைத் தாளித்து, பின் பொடியாக நறுக்கிய பெரிய வெங்காயத்தைப் போட்டு வதக்கவும்.

❖ வெங்காயம் வதங்கியதும் மஞ்சள் பொடியைப் போட்டு வதக்கி, தக்காளி, இஞ்சி, பூண்டு, பச்சை மிளகாய் இடித்த கலவையைப் போட்டு வதக்கவும்.

❖ எல்லாம் வதங்கியதும், சாமை ரவையைப் போட்டுக் கிளறவும். நிதான மான தீயில் 2 நிமிடம் வைத்து, ருசிக்கேற்ப உப்பு போட்டு, சுடு தண்ணீ ரை விட்டுக் கலந்து, மூடி போட்டு மூடி அடுப்பை சிம்மில் வைக்கவும்.

❖ சாமை ரவை வெந்தவுடன் இறக்கி, நெய் விட்டு கலந்து ஒரு 5 நிமிடம் மூடி வைக்கவும்.

❖ அவ்வளவுதான் சுவையான சாமை கிச்சடி ரெடி. சூடாக தேங்காய் சட்னியுடன் சாமை கிச்சடியை பரிமாறவும்.

குறிப்பு:

கிச்சடி சற்றுத் தளர இருந்தால் ருசியாக இருக்கும்.

15. சாமை கிச்சடி [மற்றொரு வகை]

தேவையான பொருள்கள்:

சாமை ரவை - 2 கப்

துருவிய காரட் - 1/4 கப்

வேக வைத்த பச்சைப் பட்டாணி - 1/4 கப்

பொடியாக நறுக்கிய வெங்காயம் - 1 கப்

பொடியாக நறுக்கிய தக்காளி - 1

கீறிய பச்சை மிளகாய் - 2

இஞ்சி, பூண்டு விழுது - 1 டீ ஸ்பூன்

மஞ்சள் பொடி - 1/2 டீ ஸ்பூன்

சுடு தண்ணீர் - 5 கப்

தாளிக்க:

நெய் - 1 டேபிள் ஸ்பூன்

சமையல் எண்ணெய் - 1 டேபிள் ஸ்பூன்

பட்டை - 1 சிறிய துண்டு

கிராம்பு - 2

ஏலக்காய் - 1

மேலே அலங்கரிக்க:

நறுக்கிய புதினா - 2 டேபிள் ஸ்பூன்

செய்முறை:

❖ அடி கனமான ஒரு வாணலியில் எண்ணெய், நெய் ஊற்றிக் காய்ந்ததும் தாளிக்கக் கொடுத்த பொருள்களைத் தாளித்து, பின் வெங்காயத்தைப் போட்டு வதக்கவும். வதக்கி மஞ்சள் பொடியைச் சேர்க்கவும்.

❖ அடுத்து தக்காளி, இஞ்சி, பூண்டு விழுது, கீறிய பச்சை மிளகாயை சேர்த்து வதக்கி, துருவிய காரட், வெந்த பட்டாணி, சாமை ரவையைப் போட்டு நிதானமான தீயில் 2 நிமிடம் வதக்கி, ருசிக்கேற்ப உப்பு போட்டு, 5 கப் சுடு தண்ணீர் விட்டு மூடி போட்டுமூடி, அடுப்பை சிம்மில் வைத்து கொதிக்கவிடவும்.

- ❖ சாமை ரவை வெந்தவுடன், புதினா இலைகளைச் சேர்த்து சூடாக தேங்காய் சட்னியுடன் பரிமாறவும்.

16. சாமை அரிசி பகாளாபாத்

தேவையான பொருள்கள்:

சாமை அரிசி - 1 கப்

சுடு தண்ணீர் - 3 கப்

காய்ச்சி ஆறிய பால் - 1 கப்

கெட்டித் தயிர் - 1/4 கப்

உப்பு - ருசிக்கேற்ப

பொடியாக நறுக்கிய இஞ்சி, பச்சை மிளகாய், கறிவேப்பிலை - சிறிது

வெண்ணெய் - 1 டீ ஸ்பூன்

தாளிக்க:

நெய் - 1 டீ ஸ்பூன்

சமையல் எண்ணெய் - 1 டேபிள் ஸ்பூன்

கடுகு - 1/2 டீ ஸ்பூன்

சீரகம் - 1/2 டீ ஸ்பூன்

மேலே அலங்கரிக்க:

பொடியாக நறுக்கிய வெள்ளரிக்காய் - சிறிதளவு

செய்முறை:

- ❖ சாமை அரிசியைக் கழுவி, 10 நிமிடம் ஊற வைக்கவும்.

- ❖ பின் பிரஷர் குக்கரில் 3 கப் தண்ணீர் விட்டு நன்கு குழைய வேக வைக்கவும்.

- ❖ சாமை அரிசி வெந்தவுடன், நன்கு மசித்து, பால் விட்டுக் கலந்து, பின் தயிரையும் சேர்த்து, இஞ்சி, பச்சை மிளகாய், கறிவேப்பிலை போட்டு நன்கு கலக்கவும்.

- ❖ பின் தாளிக்க் கொடுத்தவற்றை தாளித்துக் கொட்டி, மேலே வெள்ளரிக்காய், வெண்ணெய் சேர்த்துப் பரிமாறவும்.

- ❖ இந்த சாமை அரிசி பகாளாபாத்துக்கு மாங்காய் தொக்கு நல்ல காம்பினேஷன்.

குறிப்பு: இறுதியில், உதிர்த்த மாதுளை முத்துகளை சேர்க்கலாம்.

17. சாமை அரிசி தோசை

தேவையான பொருள்கள்:

சாமை அரிசி - 1 கப்

பச்சரிசி - 3 கப்

அவல் - 1 கப்

உளுந்து - 1/4 கப்

வெந்தயம் - 1 டீ ஸ்பூன்

உப்பு - ருசிக்கேற்ப

தோசை சுட சமையல் எண்ணெய் - தேவையான அளவு

செய்முறை:

❖ சாமை அரிசி, பச்சரிசி, உளுந்து, வெந்தயம் இவற்றைக் கழுவி, தண்ணீர் விட்டு 2 மணி நேரம் ஊற வைக்கவும்.

❖ அவலைக் கழுவி, தனியே ஒரு பாத்திரத்தில் அவல் முங்கும் அளவு தண்ணீர் விட்டு ஊற வைக்கவும் (1/2 மணி ஊறினால் போதுமானது).

❖ பின் கிரைண்டரில் ஊறிய சாமை அரிசி, பச்சரிசி, உளுந்து, வெந்தயம், அவல் அனைத்தையும் சேர்த்து நைசாக தோசை மாவு பதத்துக்கு அரைத்து, உப்பு போட்டு கலந்து, புளிக்க வைக்கவும்.

❖ மறுநாள் மாவு புளித்ததும், நன்கு கலந்து சற்றுத் தடிமனான தோசையாக வார்த்து, எண்ணெய் விட்டு, மூடி வைத்து, வேக விட்டு (ஒரு பக்கம் மட்டும் வேக வைக்கவும்; தோசையைத் திருப்ப வேண்டாம்) எடுக்கவும்.

❖ சூடாக தோசையை வெங்காய சட்னியுடன் பரிமாறவும்.

18. சாமை உப்பு அப்பம்

தேவையான பொருள்கள்:

சாமை அரிசி - 1 கப்

பச்சிரிசி - 1/2 கப்

துவரம் பருப்பு - 1/2 கப்

உளுத்தம் பருப்பு - 1/4 கப்

கடலைப் பருப்பு - 1/4 கப்

மிளகாய் வற்றல் - 5

உப்பு - ருசிக்கேற்ப

பெருங்காயப் பொடி - 1/2 டீ ஸ்பூன்

துருவிய தேங்காய் - 1/2 கப்

பொடியாக நறுக்கிய பச்சை கொத்தமல்லி, கறிவேப்பிலை - சிறிது

அப்பம் பொரித்து எடுக்க

சமையல் எண்ணெய் - தேவையான அளவு

செய்முறை:

❖ சாமை அரிசி, பச்சரிசி, பருப்பு வகைகள், வரமிளகாய் அனைத்தையும் ஒன்றாகச் சேர்த்து, தண்ணீர் விட்டு இரண்டு மணி நேரம் ஊற விடவும்.

❖ 2 மணி நேரத்துக்குப் பிறகு எடுத்து நீரை வடித்து விட்டு கரகரப்பாக கெட்டியாக அரைத்துக் கொள்ளவும்.

❖ அரைத்த மாவுடன், ருசிக்கேற்ப உப்பு, பெருங்காயப் பொடி, துருவிய தேங்காய், நறுக்கிய பச்சை கொத்தமல்லி, கறிவேப்பிலை சேர்த்து கலந்து 3 மணி நேரம் புளிக்க விடவும்.

❖ பின்பு ஒரு வாணலியை அடுப்பிலேற்றி, சமையல் எண்ணெய் விட்டு, எண்ணெய் காய்ந்தவுடன், கரண்டியால் மாவை எடுத்து விட்டு, நிதானமான தீயில் பொன்னிறமாக அப்பத்தைப் பொரித்து எடுக்கவும்.

❖ சூடாக தேங்காய் சட்னி சேர்த்துப் பரிமாறவும்.

19. சாமை வெஜிடெபிள் அடை

தேவையான பொருள்கள்:

சாமை அரிசி மாவு - 1 கப்

கோதுமை மாவு - 1 கப்

மைதா மாவு - 1 கப்

கடலை மாவு - 1 கப்

துருவிய காரட், முள்ளங்கி (தலா) - 1/4 கப்

சீரகம் - 2 டீ ஸ்பூன்

பொடியாக நறுக்கிய பச்சை மிளகாய் - 3

உப்பு - ருசிக்கேற்ப

பெருங்காயப் பொடி - 1/2 டீ ஸ்பூன்

துருவிய முட்டைக்கோஸ் - 1/4 கப்

பொடியாக நறுக்கிய கறிவேப்பிலை, பச்சை கொத்தமல்லித் தழை - சிறிது

சமையல் எண்ணெய் - 2 டேபிள் ஸ்பூன்

மிளகாய்ப் பொடி - 1/2 டி ஸ்பூன்

அடையை சுட்டு எடுக்க:

சமையல் எண்ணெய் - தேவையான அளவு

செய்முறை:

❖ சாமை அரிசி மாவு முதல் மிளகாய்ப் பொடி வரை மேற்கூறிய பொருள்கள் அனைத்தையும் ஒன்றாக நன்கு கலந்து, சப்பாத்தி மாவு பதத்துக்கு பிசைந்துகொள்ளவும்.

❖ மாவை சிறு உருண்டைகளாக்கி வைக்கவும்.

❖ பின் அடுப்பில் தோசைக் கல்லை காய வைத்து, ஒவ்வொரு உருண்டையாக எடுத்து சற்று தடிமனான அடைகளாகத் தட்டி எண்ணெய் விட்டு இரு புறமும் பொன்னிறமாகும் வரை சுட்டு எடுக்கவும்.

❖ சுடச் சுட புதினா சட்னி, தக்காளி சட்னி வைத்துப் பரிமாறவும்.

20. சாமை தக்காளி புலாவ்

தேவையான பொருள்கள்:

சாமை அரிசி - 1 கப்

வேக வைத்த பச்சைப் பட்டாணி - 1/2 கப்

உப்பு - ருசிக்கேற்ப

விழுதாக அரைக்க:

சாம்பார் வெங்காயம் - 6

தக்காளி - 2

பூண்டு - 2 பல்

இஞ்சி - 1 சிறிய துண்டு

வரமிளகாய் - 2

சோம்பு - 2 சிட்டிகை

தாளிக்க:

நெய் - 1 டேபிள் ஸ்பூன்

சமையல் எண்ணெய் - 1 டி ஸ்பூன்

பட்டை - 1 சிறிய துண்டு

கிராம்பு - 2

ஏலக்காய் - 1

மேலே அலங்கரிக்க:

பொடியாக நறுக்கிய பச்சை கொத்தமல்லி, புதினா - சிறிதளவு

எலுமிச்சை சாறு - 1 டி ஸ்பூன்

செய்முறை:

❖ முதலில் சாமை அரிசியை 1/2 மணி நேரம் தண்ணீரில் ஊற வைத்து, வடிகட்டி 1 1/2 கப் தண்ணீரில் வேக வைக்கவும். உதிர் உதிராக சாதம் வடித்துக் கொள்ளவும்.

❖ அடுத்து அடி கனமான ஒரு வாணலியில் எண்ணெய், நெய் ஊற்றிக் காய்ந்ததும் தாளிக்கக் கொடுத்த பொருள்களைத் தாளித்து, பின் அரைத்த கலவையைப் போட்டு சிறு தீயில் வதக்கவும்.

❖ பச்சை வாசனை போய் கலவை கெட்டியானதும், ருசிக்கேற்ப உப்பு போட்டுக் கலந்து, வேக வைத்த பச்சை பட்டாணி, உதிராக வடித்த சாமை அரிசி சேர்த்துக் கிளறவும். நன்கு கலந்து பிரட்டியதும், மேலே மல்லி தழை, புதினா போட்டுக் கலந்து, எலுமிச்சைச் சாறு சேர்த்துக் கிளறவும்.

❖ அட்டகாசமான சாமை தக்காளி புலாவ் ரெடி. வெங்காய வெள்ளரி தயிர் பச்சடியுடன் சூடாகப் பரிமாறவும்.

21. சாமை அரிசி பன்னீர் பெசரட்

தேவையான பொருள்கள்:

முழு பச்சை பயறு - 2 கப்

சாமை அரிசி - 1/2 கப்

பச்சை மிளகாய் - 4

இஞ்சி - ஒரு சிறிய துண்டு

பெருங்காயப் பொடி - 1/2 டி ஸ்பூன்

பெசரட் சுட்டு எடுக்க சமையல் எண்ணெய் - தேவையான அளவு

உப்பு - ருசிக்கேற்ப

பெசரட் உள்ளே வைக்க: பன்னீர் ஸ்டஃப்பிங்

தேவையான பொருள்கள்:

துருவிய பன்னீர் - 3 கப்

பொடியாக நறுக்கிய பெரிய வெங்காயம் - 1 கப்

பொடியாக நறுக்கிய பச்சை மிளகாய் - 2

உப்பு - ருசிக்கேற்ப

தாளிக்க:

சமையல் எண்ணெய் - 2 டி ஸ்பூன்

சீரகம் - 1 டி ஸ்பூன்

செய்முறை:

❖ முழு பச்சை பயறு, சாமை அரிசியை சேர்த்து 8 மணி நேரம் ஊற வைக்கவும்.

❖ பின் ஊற வைத்த சாமை அரிசியுடன் பச்சை மிளகாய், இஞ்சி சேர்த்து நைசாக அரைத்து, பெருங்காயப் பொடி, ருசிக்கேற்ப உப்பு போட்டு கலந்து வைக்கவும்.

❖ பின் ஒரு தோசைக் கல்லை அடுப்பிலேற்றி, கல் சூடானவுடன் பெசரெட்டாக வார்த்து, சுற்றி எண்ணெய் விட்டு திருப்பிப் போட்டு வேக விடவும். பன்னீர் ஸ்டஃப்பிங் வைத்துப் பரிமாறவும்.

பன்னீர் ஸ்டஃப்பிங் செய்முறை:

❖ அடி கனமான ஒரு வாணலியில் எண்ணெய் விட்டு காய்ந்ததும் சீரகம் தாளித்து, வெங்காயம் சேர்த்து வதக்கவும். பின் பச்சை மிளகாய் வதக்கி, துருவிய பன்னீர், ருசிக்கேற்ப உப்பு சேர்த்து கலந்து இறக்கி வைக்கவும். பெசரட் ஒவ்வொன்றிலும் ஒரு ஸ்பூன் வைத்து வதக்கி, சூடாக இஞ்சி சட்னியுடன் பரிமாறவும்.

22. சாமை உருளைக் கிழங்கு தேன்குழல்

தேவையான பொருள்கள்:

சாமை அரிசியைக் கழுவி, நிழல் உலர்த்தலாகக் காய வைத்து பொடித்து சலித்த மாவு- 1/2 கப்

பச்சரிசி மாவு - 3/4 கப் (பதப்படுத்தப்பட்டது)

வேக வைத்து, தோல் எடுத்துத் துருவிய பெரிய உருளைக் கிழங்கு - 1

வெண்ணெய் - 1 டேபிள் ஸ்பூன்

மிளகாய்ப் பொடி - 1 டி ஸ்பூன்

ஓமம் - அரைத்து வடிகட்டிய கலவை - 1 டேபிள் ஸ்பூன்

பெருங்காயப் பொடி - 1/2 டி ஸ்பூன்

உப்பு - ருசிக்கேற்ப

தேன்குழல் பொரிக்க:

சமையல் எண்ணெய் - தேவையான அளவு

செய்முறை:

❖ முதலில், மாவை சலித்து எடுத்துக் கொள்ளவும்.

❖ ஒரு அகலமான தட்டில் வெண்ணெய், உப்பு, பெருங்காயப் பொடி போட்டு நன்கு தேய்க்கவும். பின் அதில் சாமை மாவு, அரிசி மாவு, துருவிய உருளைக் கிழங்கு, மிளகாய்ப் பொடி, அரைத்த ஓமம் கலவையைப் போட்டு, சற்று தண்ணீர் தெளித்து தேன்குழல் மாவைப் பிசையவும்.

❖ பிறகு அடி கனமான ஒரு வாணலியில் எண்ணெய் ஊற்றிக் காய்ந்ததும், தேன் குழல் மாவை, தேன்குழல் அச்சில் போட்டு எண்ணெயில் பிழிந்து, பொன்னிறமாகும் வரை பொரித்து எடுக்கவும்.

குறிப்பு:

மாவை இரண்டு ஈடுக்குத் தேவையான அளவு பிசைந்து தேன்குழல் செய்தால் நன்றாக இருக்கும். மொத்த மாவையும் பிசைய வேண்டாம்.

23. சாமை கொழுக்கட்டை + குருமா

தேவையான பொருள்கள்:

சாமை மாவு - 1 கப்

சமையல் எண்ணெய் - 1 டேபிள் ஸ்பூன்

சுடு தண்ணீர் தேவையான அளவு

உப்பு - ருசிக்கேற்ப

செய்முறை:

❖ ஒரு அகலமான தட்டில் சாமை மாவு, உப்பு, சமையல் எண்ணெய் சேர்த்துக் கலந்து, சுடு தண்ணீரைத் தெளித்து கரண்டிக் காம்பினால் கலக்கவும்.

❖ சற்று ஆறி, கை பொறுக்கும் சூட்டில் மாவை நன்கு பிசைந்து ஒரு ஈரத் துணி போட்டு மூடி வைக்கவும்.

❖ பின் கையில் சமையல் எண்ணெய் தொட்டுக் கொண்டு சின்னச் சின்ன உருண்டைகளாக (கொழுக்கட்டை) உருட்டி, ஆவியில் 7 நிமிடம் வேக வைத்து எடுத்து வைக்கவும்.

குருமா செய்யத் தேவையான பொருள்கள்:

மிகவும் பொடியாக நறுக்கிய வேக வைத்த காரட், பீன்ஸ் - 1 கப்

வேக வைத்த பச்சைப் பட்டாணி - 1/2 கப்

உப்பு - ருசிக்கேற்ப

எண்ணெயில் வதக்கி விழுதாக அரைக்க:

சமையல் எண்ணெய் - 1 டேபிள் ஸ்பூன்

நறுக்கிய பெரிய வெங்காயம் - 1

பச்சை மிளகாய் - 3

பூண்டு - 2 பல்

இஞ்சி - 1 சிறிய துண்டு

துருவிய தேங்காய் - 1/2 கப்

முந்திரி துண்டுகள் - 2 டீ ஸ்பூன்

ஏலக்காய், பட்டை, கிராம்பு (தலா) - 1

சோம்பு - 1/4 டீ ஸ்பூன்

புதினா - 4 இலைகள்

கசகசா - 1 டீ ஸ்பூன்

தாளிக்க:

சமையல் எண்ணெய் - 2 டேபிள் ஸ்பூன்

சோம்பு - 1 சிட்டிகை

மேலே அலங்கரிக்க

பொடியாக நறுக்கிய பச்சை கொத்தமல்லி - சிறிது

எலுமிச்சை சாறு - 1 டேபிள் ஸ்பூன்

குருமா செய்முறை:

❖ அடுப்பில் அடி கனமான ஒரு வாணலி வைத்து எண்ணெய் ஊற்றிக் காய்ந்ததும் தாளிக்கக் கொடுத்த பொருள்களைத் தாளித்து, பின் அரைத்த விழுதைப் போட்டு வதக்கவும்.

❖ விழுதின் பச்சை வாசனை போனதும் வேக வைத்த காய்கறிகளைச் சேர்த்து வதக்கி, ருசிக்கேற்ப உப்பு போட்டு, சிறிது தண்ணீர் விட்டு 5 நிமிடம் சிறு தீயில் கொதிக்கவிடவும்.

❖ குருமா கொதித்து சற்று கெட்டியானதும், வேக வைத்த சாமை கொழுக்கட்டையை குருமாவில் போட்டு, மல்லித் தழை தூவி எலுமிச்சைச் சாறு கலந்து சூடாக அப்படியே பரிமாறவும்.

24. சாமை அரிசி டோக்ளா

டோக்ளா என்பது ஒரு குஜராத்தி சிற்றுண்டி வகை. எல்லோரும் விரும்பி உண்ணக் கூடியது. கிட்டத்தட்ட நம்ம ஊர் ரவா இட்லி மாதிரியான டிபன் அயிட்டம். இதை ரவை, கடலை மாவில் எல்லாம் செய்வார்கள். இங்கு நாம் இதை சாமை அரிசியில் செய்வோம்.

தேவையான பொருள்கள்:

சாமை அரிசி - 1 கப்

கடலை பருப்பு - 1/2 கப்

உளுத்தம் பருப்பு - 1 பிடி

அரிசி, பருப்பு இவை எல்லாம் ஒரு துண்டு கொண்டு துடைத்து, மாவு மிஷினில் கொடுத்து ரவை பதத்துக்கு அரைத்துக் கொள்ளவும். இந்த ரவையை ஒரு மாதம் வரை வைத்துக் கொள்ளலாம். (அதிக அளவு ரவை அரைத்துக் கொள்ள, இந்த மேற்கூறிய அளவைப் பெருக்கிக் கொள்ளலாம்.)

மேற்கூறிய அளவில் உள்ள அரைத்த ரவையை இரவே கடைந்த தயிரில் (1 கப் ரவை = 1 கப் கடைந்த தயிர்) ஊற வைக்க வேண்டும். அடுத்த நாள் காலையில் உபயோகிக்கவும்.

இந்த ரவையுடன் கலக்கத் தேவையான பொருள்கள்:

சூடான எண்ணெய் - 2 டேபிள் ஸ்பூன்

இஞ்சி, பச்சை மிளகாய் விழுது - 1 டேபிள் ஸ்பூன்

உப்பு - ருசிக்கேற்ப

மஞ்சள் பொடி - 1/2 டி ஸ்பூன்

மேலே அலங்கரிக்க

பொடியாக நறுக்கிய மல்லி தழை - சிறிது

தாளிக்க:

சமையல் எண்ணெய் - 1 டேபிள் ஸ்பூன்

கடுகு - 1 டி ஸ்பூன்

துருவிய தேங்காய் - 2 டேபிள் ஸ்பூன்

ஜீரா ரஸ் செய்ய:

தண்ணீர் - 1/4 கப்

சர்க்கரை - 2 டி ஸ்பூன்

டோக்ளா செய்முறை:

❖ ஒரு பாத்திரத்தில் டோக்ளாவிற்குக் கலக்கக் கொடுத்த பொருள்களை

தயிரில் ஊற வைத்த ரவை கலவையுடன் போட்டுக் கலந்து, ஒரு தட்டில் எண்ணெய் தடவி, டோக்ளா மாவை கொட்டி ஆவியில் 10 நிமிடம் வேக விட்டு எடுக்கவும்.

❖ வெந்த டோக்ளாவை ஆற விட்டு, வில்லைகள் போட்டு, மேலே தாளித்துக் கொட்டி, மல்லித் தழை தூவி, ஜீரா ரஸ் செய்ய கொடுத்த பொருள்களைக் கலந்து டோக்ளா மேலே தெளித்து, பச்சை சட்னி, இனிப்பு சட்னியுடன் பரிமாறவும்.

குறிப்பு:

பச்சை சட்னி, இனிப்பு சட்னி செய்முறை கடைசியில் கொடுக்கப்பட்டுள்ளது.

25. சாமை சாலட்

தேவையான பொருள்கள்:

சாமை அரிசி - 1 கப்

பொடியாக நறுக்கிய பெரிய வெங்காயம் - 2 டேபிள் ஸ்பூன்

பொடியாக நறுக்கிய தக்காளி - 1

பொடியாக நறுக்கிய பச்சை மிளகாய் - 2

வேக வைத்த மக்காச் சோள மணிகள் - 1/2 கப்

வேக வைத்த பச்சைப் பட்டாணி - 1/4 கப்

நறுக்கிய வெள்ளரி, மாங்காய்த் துண்டுகள் (தலா) - 2 டேபிள் ஸ்பூன்

உப்பு - ருசிக்கேற்ப

எலுமிச்சைச் சாறு - 1 டேபிள் ஸ்பூன்

மேலே அலங்கரிக்க

மாதுளை முத்துக்கள் - 1 கை அளவு

பொடியாக நறுக்கிய பச்சை கொத்தமல்லி - சிறிது

சன்ன ஓமப் பொடி - ஒரு கை அளவு

செய்முறை:

❖ சாமை அரிசியை நன்கு கழுவி கொதிக்கும் தண்ணீரில் 5 நிமிடம் ஊற வைத்து பின் வடிகட்டிக் கொள்ளவும்.

❖ பின் சாமை அரிசியுடன் வெங்காயம், தக்காளி, பச்சை மிளகாய், மக்காச் சோள மணிகள், பச்சைப் பட்டாணி, வெள்ளரி, மாங்காய் துண்டுகள், எல்லாவற்றையும் போட்டுக் கலந்து, கூடவே ருசிக்கேற்ப உப்பு சேர்த்து எலுமிச்சைச் சாறு சேர்த்து நன்கு கிளறவும்.

❖ எல்லாம் சேர்ந்து நன்கு கலந்ததும் மேலே மாதுளை முத்துகள், கொத்தமல்லித் தழை, ஓமப் பொடி தூவி அலங்கரித்துப் பரிமாறவும்.

குறிப்பு:

பரிமாறுவதற்கு முன்பு ஓமப் பொடி போடவும்; இல்லாவிட்டால் ஓமப் பொடி சொதசொதத்து விடும்.

26. சாமை ஜெல்லி டிலைட் / சாமை சூப்ளே

தேவையான பொருள்கள்:

ஆரஞ்சு ஜெல்லி - 1 பாக்கட்

வெறும் வாணலியில் பொன்னிறமாக வறுத்து அரைத்த சாமை மாவு - 1/2 கப்

வெனிலா ஐஸ் கிரீம் - 4 கப்

கமலா ஆரஞ்சு தோல் எடுத்த சின்னச் சின்னச் சுளைத் துண்டுகள் - 1 கப்

மேலே அலங்கரிக்க

துருவிய காட்பரீஸ் சாக்லேட் துருவல் - 1 கை அளவு

கடைந்த ஃபிரஷ் க்ரீம் - 2 டேபிள் ஸ்பூன்

செய்முறை:

❖ ஜெல்லியைப் பாக்கெட்டில் கொடுத்து இருக்கும் முறைப்படி தயாரிக்கவும்.

❖ பின் ஆற விட்டு, வெனிலா ஜஸ்கிரீம், சாமை மாவு உடன் கலந்து நன்கு ஒரு விஸ்க் (Whisk) வைத்து அடித்து ஒரு அலுமினிய பாத்திரத்தில் விட்டு ஃபிரீஸரில் 15 நிமிடம் வரை வைக்கவும்.

❖ 15 நிமிடத்துக்குப் பிறகு வெளியே எடுத்து மேற்பரப்பில் ஆரஞ்சு துண்டுகள், துருவிய சாக்லேட் கொண்டு அலங்கரித்து, சாதாரண குளிர்சாதன பெட்டியின் உள்ளே வைக்கவும். பின் கடைந்த ஃபிரஷ் க்ரீம் கொண்டு அலங்கரித்து, பரிமாறவும்.

கம்பு

27. கம்பு பரோட்டா

தேவையான பொருள்கள்:

கம்பு மாவு (சலித்தது) - 1/2 கப்

கோதுமை மாவு - 1 கப்

துருவிய முள்ளங்கி - 1 கப்

பொடியாக நறுக்கிய ஏதேனும் ஒரு கீரை - 1/4 கப்

நசுக்கிய பூண்டு - 2 பல்

பொடியாக நறுக்கிய பச்சை மிளகாய் - 2

உப்பு - ருசிக்கேற்ப

தயிர் - 1/2 கப்

மஞ்சள் பொடி - 1/2 டீ ஸ்பூன்

சூடான எண்ணெய் - 2 டேபிள் ஸ்பூன்

கசூரி மேத்தி (காய்ந்த வெந்தயக் கீரை இலைகள்) - சிறிது

பரோட்டா சுட்டு எடுக்க:

சமையல் எண்ணெய் - தேவையான அளவு

செய்முறை:

❖ மேற்கூறிய கம்பு மாவு முதற்கொண்டு கசூரி மேத்தி வரையான அனைத்துப் பொருள்களையும் போட்டு நன்கு பிசைந்து 1/2 மணி நேரம் ஊற வைக்கவும்.

❖ பின் சற்றுத் தடிமனான பரோட்டாவாக இட்டு, தோசைக் கல்லில் போட்டு எண்ணெய் விட்டு சுடவும். பரோட்டாவின் இரு புறத்தையும் வேக வைக்கவும். அடுப்பை நிதானமாக எரிய விட்டு, சிறிது எண்ணெய் விட்டு பொன்னிறமானதும், சூடான பரோட்டாவை மாங்காய் ஊறுகாய், கெட்டித் தயிர் வைத்துப் பரிமாறவும்.

குறிப்பு:

இந்த கம்பு பரோட்டாவுக்கு எல்லா வகையான தால் (பருப்பு) வகைகளும் தொட்டுக் கொள்ள பொருத்தமாக இருக்கும்.

இந்தக் கம்பு வெஜிடெபிள் கஞ்சி குழந்தைகளுக்கு போஷாக்கு தரக்கூடியது. சுவையான இந்தக் கஞ்சியின் மூலமாக சின்னக் குழந்தைகளுக்கு சிறு தானியம் உண்ணப் பழக்குவது மிகவும் நல்லது. உடலுக்கு மிகவும் குளிர்ச்சி தரக் கூடியது கம்பு.

தேவையான பொருள்கள்:

நன்கு வேக வைத்த கம்பு சாதம் - 1 கப்

மிகப் பொடியாக நறுக்கிய ஒரு ஆவி வேக வைத்த காரட், பீன்ஸ், கோஸ் - 1/4 கப்

துருவிய இஞ்சி - 1 டீ ஸ்பூன்

உப்பு - ருசிக்கேற்ப

கடைந்த மோர் - 5 டம்ளர் (நீர்க்கக் கரைத்த மோர்)

விழுதாக அரைக்க:

துருவிய தேங்காய் - 1/4 கப்

சீரகம் - 1/2 டீ ஸ்பூன்

கறிவேப்பிலை - 4 இலைகள்

பச்சை கொத்தமல்லி (நறுக்கியது) - 1 டேபிள் ஸ்பூன்

தாளிக்க:

சமையல் எண்ணெய் - 1 டீ ஸ்பூன்

கடுகு - 1/2 டீ ஸ்பூன்

பெருங்காயப் பொடி - 1/4 டீ ஸ்பூன்

செய்முறை:

❖ ஒரு அகலமான பாத்திரத்தில் வேக வைத்த கம்பு சாதம், வேக வைத்த காய்கறி, துருவிய இஞ்சி, ருசிக்கேற்ப உப்பு போட்டு, விழுதாக அரைத்து வைத்துள்ள கலவையையும் சேர்த்து நன்கு ஒரு கரண்டி வைத்து கலக்கவும். பின் அதனுடன் கடைந்த மோர் விட்டு கரைத்து, தாளிக்கக் கொடுத்தவைகளைப் போட்டு தாளித்து, டம்ளரில் அருந்தக் கொடுக்கவும்.

குறிப்பு:

வெயில் நாட்களில் அதிகம் கை போட்டு கரைக்க வேண்டாம். சீக்கிரம் கெட்டு விடும். ஆகவே கரண்டி போட்டு கலப்பது சிறந்தது.

29. கம்பு, பாலக், புலாவ்

தேவையான பொருள்கள்:

சற்று உதிராக வேக வைத்த கம்பு சாதம் - 2 கப்

துருவிய காரட் - 1/2 கப்

பொடியாக நறுக்கிய டில்லி பாலக் - 1 கப்

உப்பு - ருசிக்கேற்ப

விழுதாக அரைக்க:

வெங்காயம் - 1

இஞ்சி - 1 சிறிய துண்டு

பச்சை மிளகாய் - 2

பூண்டு - 3 பல்

பட்டை - 1

ஏலக்காய் - 1

கிராம்பு - 1

தாளிக்க:

சமையல் எண்ணெய் - 2 டேபிள் ஸ்பூன்

சோம்பு - 2 சிட்டிகை

மேலே அலங்கரிக்க

எலுமிச்சை சாறு - 1 டேபிள் ஸ்பூன்

பொடியாக நறுக்கிய புதினா, பச்சை கொத்தமல்லி - சிறிது

செய்முறை:

❖ கம்பு சாதம் தயாரிக்க, கம்பைக் கழுவி, லேசாக இடித்து, அதன் தோலை எடுத்து, ஒரு கப் கம்புக்கு - நாலு கப் தண்ணீர் விட்டு ஒரு வாணலியில் மூடி வேக வைக்கவும். அல்லது பிரஷர் குக்கரில் வேக வைக்கும் பொழுது ஒரு கப் கம்புக்கு 3 கப் தண்ணீர் விட்டு 3 விசில் வரை விட்டு வேக வைக்கவும்.

❖ பின் அடி கனமான ஒரு வாணலியை அடுப்பில் வைத்து எண்ணெய் ஊற்றிக் காய வைத்து, சோம்பு தாளிக்கவும். பின் அரைத்த விழுதைப் போட்டு, நிதானமான தீயில் வதக்கவும்.

❖ விழுதின் பச்சை வாசனை போனவுடன், ருசிக்கேற்ப உப்பு, துருவிய காரட், நறுக்கிய பாலக் கீரையைப் போட்டு, ஒரு திருப்பு திருப்பி, பின் வேக வைத்த கம்பு சாதத்தைப் போட்டு கலந்து இறக்கவும்.

❖ இந்தக் கம்பு புலாவ் மிகவும் ருசியாக இருக்கும். மேலே அலங்கரித்து, வெங்காயம், தக்காளி, தயிர்ப் பச்சடி வைத்துப் பரிமாறவும்.

30. கம்பங்கூழ்

தேவையான பொருள்கள்:

கம்பு மாவு - 1 கப்

தண்ணீர் - 3 கப்

நீர்க்கக் கரைத்த மோர் - 3 கப்

உப்பு - ருசிக்கேற்ப

செய்முறை:

❖ கம்பு மாவைத் தண்ணீரில் கரைத்து நிதானமான தீயில் கை விடாமல் கிளறவும்.

❖ நன்கு வெந்து கெட்டிப்பட்டதும், அடுப்பிலிருந்து இறக்கி ருசிக்கேற்ப உப்பு போட்டு கலக்கவும்.

❖ ஆறியவுடன் மோர் விட்டு டம்ளர்களில் விட்டு, உரித்த சின்ன வெங்காயம் அல்லது பொரித்த மோர் மிளகாய் வற்றலுடன் அருந்தக் கொடுக்கவும்.

31. கம்பு தோசை

தேவையான பொருள்கள்:

கம்பு - 1 கப்

புழுங்கல் அரிசி - 1/2 கப்

உளுத்தம் பருப்பு - 1/4 கப்

வெந்தயம் - 1 டீ ஸ்பூன்

உப்பு - ருசிக்கேற்ப

தோசை சுட்டு எடுக்க:

சமையல் எண்ணெய் - தேவையான அளவு

செய்முறை:

❖ முதல் நாள் இரவே, கம்பு, அரிசி, உளுந்து, வெந்தயம் இவற்றை தண்ணீரில் ஊற வைக்கவும்.

- ❖ மறு நாள் ஊற வைத்த பொருள்களைப் போட்டு தோசை மாவு பதத்துக்கு அரைத்துக் கொள்ளவும். மாவுடன் உப்பு போட்டு கரைத்து, 6 மணி நேரம் புளிக்க வைக்கவும்.

- ❖ பின்பு தோசையாக வார்த்து இரு புறமும் எண்ணெய் விட்டு, பொன்னிறமாக சுட்டு எடுக்கவும்.

- ❖ சூடாக இட்லி பொடி, தேங்காய் சட்னி, புதினாசட்னியுடன் பரிமாறவும்.

32. கம்பு அடை

தேவையான பொருள்கள்:

கம்பு - 1 கப்

பச்சரிசி - 1 கப்

புழுங்கல் அரிசி - 1 கப்

துவரம் பருப்பு - 1/2 கப்

உளுத்தம் பருப்பு - 1 கை அளவு

கடலைப் பருப்பு - 1/4 கப்

அவல் - 1 கை அளவு

மிளகாய் வற்றல் - 8

உப்பு - ருசிக்கேற்ப

சீரகம், மிளகு (கரகரப்பாக பொடித்த பொடி) - 1 டேபிள் ஸ்பூன்

புளி - 1 சுளை

கறிவேப்பிலை (பொடியாக நறுக்கியது) - 2 டேபிள் ஸ்பூன்

பெருங்காயப் பொடி - 1 டீ ஸ்பூன்

பொடியாக நறுக்கிய தேங்காய் பல் - 1/4 கப்

எண்ணெய் விட்டு தாளித்த கடுகு - 1 டீ ஸ்பூன்

அடை சுட்டு எடுக்க:

சமையல் எண்ணெய் - தேவையான அளவு

செய்முறை:

- ❖ கம்பைத் தனியே 6 மணி நேரம் ஊற வைக்கவும்.

- ❖ பின் அரிசி, பருப்பு இவற்றைக் கழுவி, அவல் சேர்த்து தண்ணீரில் (4 மணி நேரம்) ஊற வைக்கவும்.

- ❖ அடுத்து கம்பு, அரிசி, பருப்பு, புளி, மிளகாய் வற்றல் சேர்த்து நைசாக அரைத்து, பின் உப்பு, நறுக்கிய கறிவேப்பிலை, சீரக மிளகுப் பொடி,

நறுக்கிய தேங்காய்ப் பல், தாளித்த கடுகு, பெருங்காயப் பொடி சேர்த்து, கலந்து அடைகளாக வார்க்கவும்.

❖ ஒரு தோசைக் கல்லை அடுப்பிலேற்றி, ஒரு கரண்டி மாவை எடுத்து அடையாக வார்த்து, எண்ணெய் விட்டு இரு புறமும் திருப்பி, நல்ல முறுகலாக, பொன்னிறமாக எடுத்து, சூடாக அடையை வெண்ணெய், வெல்லம் வைத்துப் பரிமாறவும்.

33. கம்பு மசாலா பணியாரம்

தேவையான பொருள்கள்:

கம்பு - 1/2 கப்

பச்சரிசி - 1/2 கப்

புழுங்கல் அரிசி - 1/2 கப்

கடலைப் பருப்பு - 1/2 கப்

வெந்தயம் - 1 டீ ஸ்பூன்

உளுத்தம் பருப்பு - 1/2 கப்

உப்பு - ருசிக்கேற்ப

மாவு தயாரிக்கும் முறை

❖ கம்பு, பச்சிரிசி, புழுங்கல் அரிசி, வெந்தயம், கடலைப் பருப்பு, உளுத்தம் பருப்பு, இவற்றைக் கழுவி, 5 மணி நேரம் ஊற வைக்கவும்.

❖ பின் ஊற வைத்த பொருள்களை நைசாக அரைத்து, உப்பு போட்டு கரைத்து மாவை 8 மணி நேரம் புளிக்க வைக்கவும். மாவு, இட்லி மாவு பதத்தில் இருக்க வேண்டும்.

தாளிக்க:

சமையல் எண்ணெய் - 1 டேபிள் ஸ்பூன்

கடுகு - 1 டீ ஸ்பூன்

பொடியாக நறுக்கிய வெங்காயம் - 1 கப்

இஞ்சி (பொடியாக நறுக்கியது) - 1 டீ ஸ்பூன்

சீரகம் - 1 டீ ஸ்பூன்

பொடியாக நறுக்கிய பச்சை மிளகாய் - 3

உப்பு - 2 சிட்டிகை

பணியாரம் சுட்டு எடுக்க:

சமையல் எண்ணெய் - தேவையான அளவு

செய்முறை:

❖ புளித்த பணியார மாவில் தாளிக்கக் கொடுத்தவைகளை தாளித்துக் கொட்டிக் கலந்து, குழிப் பணியாரக் கல்லில் மாவை விட்டு, எண்ணெயை சுற்றிலும் விட்டு, பொன்னிறமாக பணியாரத்தைச் சுட்டு எடுக்கவும்.

❖ சூடாக மிளகாய் சட்னி வைத்துப் பரிமாறவும்.

34. கம்பு கீர்

தேவையான பொருள்கள்:

கம்பு மாவு - 1/2 கப்

தண்ணீர் - 2 கப்

சுண்டக் காய்ச்சிய பால் - 1 லிட்டர்

சர்க்கரை (பொடித்தது) - 1 கப்

ஜாதிக்காய் பொடி, ஏலப் பொடி (தலா) - 2 சிட்டிகை

சர்க்கரை இல்லாத பால்கோவா - 1 கை அளவு

துருவிய காரட் (சிறிது நெய்யில் வதக்கவும்) - 1 கை அளவு

பொடியாக நறுக்கிய முந்திரி துண்டுகள் - 2 டேபிள் ஸ்பூன்

செய்முறை:

❖ அடி கனமான ஒரு வாணலியில் கம்பு மாவை தண்ணீர் விட்டு கலந்து, அடுப்பிலேற்றி, நிதானமான தீயில் கெட்டியாக காய்ச்சவும்.

❖ பின் மாவுக் கரைசலை நன்கு ஆற விட்டு அந்தக் கலவையில் காய்ச்சிய பால், ஜாதிக்காய் பொடி, ஏலப் பொடி, பால்கோவா, துருவிய காரட், சேர்த்து கொதிக்க விடவும்.

❖ ஒரு கொதி வந்தவுடன், சர்க்கரைப் பொடி சேர்த்து, அடுப்பிலிருந்து இறக்கி முந்திரித் துண்டுகள் சேர்த்துப் பரிமாறவும்.

❖ இந்தக் கீரை சில்லென்றோ அல்லது சூடாகவோ பரிமாறலாம்.

குறிப்பு:

இந்த கீர் சற்று கெட்டியாகி விட்டால், காய்ச்சி ஆறிய பால் சிறிது விட்டுக் கலக்கவும். குளிர்சாதனப் பெட்டியில் வைத்து அருந்தக் கொடுக்கலாம்.

தேவையான பொருள்கள்:

கம்பு சாதம் - 1 கப் (உதிராக வேக வைத்த கம்பு சாதம்)

கடலைப் பருப்பு - 1/2 கப் (1/2 மணி ஊற வைத்து வடிகட்டவும்)

மஞ்சள் பொடி - 1/4 டீ ஸ்பூன்

தண்ணீர் - 2 1/2 கப்

உப்பு - ருசிக்கேற்ப

தாளிக்க:

சமையல் எண்ணெய் - 1 டேபிள் ஸ்பூன்

சீரகம் - 1 டீ ஸ்பூன்

கிராம்பு - 3

கீறிய பச்சை மிளகாய் - 1

மேலே அலங்கரிக்க

நெய் - 2 டேபிள் ஸ்பூன்

செய்முறை:

❖ கம்பு, கடலைப் பருப்பு, மஞ்சள் பொடி சேர்த்து ஒரு குக்கரில் போட்டு, 2 1/2 கப் தண்ணீர் விட்டு 4 விசில் வந்த பிறகு இறக்கவும்.

❖ பிரஷர் போனதும் குக்கரைத் திறந்து, ருசிக்கேற்ப உப்பு போட்டு, தாளிக்கக் கொடுத்தவற்றை தாளித்துக் கொட்டிக் கிளறவும்.

❖ பின் மேலே நெய் விட்டு சூடாக வெஜிடெபிள் கூட்டு அல்லது மோர்க் குழம்பு வைத்துப் பரிமாறவும். குஜராத்தி கடி வைத்துப் பரிமாற, சுவை சூப்பர்.

குறிப்பு - 1

கிச்சடி சற்று தளர்த்தியாக இருந்தால்தான் சுவை நன்றாக இருக்கும். தொட்டுக் கொள்ள குழம்பு இல்லா விட்டால், கெட்டித் தயிர், ஊறுகாய் வைத்துப் பரிமாறலாம். கிச்சடி கெட்டியாகி விட்டால் சிறிது சுடு தண்ணீர் கலக்கவும்.

குறிப்பு - 2

கம்பை ஒரு முறை உதிரியாக வேக விட்டு பின் கிச்சடி செய்தால் தளர்த்தியாக, நன்கு வெந்து இருக்கும்

குறிப்பு - 3

குஜராத்தி கடி செய்முறை கடைசியாகக் கொடுக்கப்பட்டுள்ளது.

வரகு அரிசி

36. வரகு அரிசி வெண் பொங்கல்

வரகு அரிசி வெண் பொங்கல், சுவை அள்ளும். இந்தப் பொங்கல் வரகு அரிசியில் செய்ததா என்று சந்தேகம் வரும். பச்சரிசி சேர்த்துச் செய்யும் பொங்கலை விட ருசி அதிகம். சிறிது சாப்பிட்டாலே வயிறும், மனசும் நிறைந்து விடும்.

தேவையான பொருள்கள்:

வரகு அரிசி - 1 கப்

பாசி பருப்பு - 1/2 கப் (லேசாக வறுக்கவும். நிறம் மாறாமல் பார்த்துக் கொள்ளவும்)

தண்ணீர் - 3 1/2 கப்

உப்பு - ருசிக்கேற்ப

பால் (காய்ச்சி ஆறிய பால்) - 1/4 கப்

தாளிக்க:

நெய் - 2 டேபிள் ஸ்பூன்

சமையல் எண்ணெய் - 1 டேபிள் ஸ்பூன்

சீரகம் - 1 1/4 டி ஸ்பூன்

சற்று கரகரப்பாக பொடித்த மிளகு - 1/2 டேபிள் ஸ்பூன்

கிள்ளிய கறிவேப்பிலை - சிறிது

மேலே அலங்கரிக்க

பொடியாக நறுக்கி, நெய்யில் பொன்னிறமாக வறுத்த முந்திரித் துண்டுகள் - 3 டேபிள் ஸ்பூன்

செய்முறை:

❖ வரகு அரிசியை நன்கு கழுவி, 10 நிமிடம் ஊற வைக்கவும். பின் வடிகட்டவும்.

❖ அரிசி, பாசிப் பருப்பு இரண்டையும் குக்கரில் ஒரு பாத்திரத்தில் போட்டு, 41/2கப் தண்ணீர் விட்டு, 3விசில், 5நிமிடம் சிம்மில் வைத்து இறக்கவும்.

❖ பிரஷர் போனதும் திறந்து, வெந்த அரிசி, பருப்பை நன்கு கலந்து, அடி கனமான ஒரு வாணலிக்கு மாற்றவும்.

❖ வாணலியை அடுப்பில் வைத்து வெந்த அரிசி, பருப்பு கலவையுடன் ருசிக்கேற்ப உப்பு, காய்ச்சிய பால் விட்டுக் கலந்து, சிம்மில் 5 நிமிடம் கொதிக்க விடவும்.

❖ கொதித்த பிறகு தாளிக்கக் கொடுத்துள்ளவற்றை தாளித்துக் கொட்டவும்.

❖ அடுப்பை அணைத்து, மேலே முந்திரித் துண்டுகளைப் போட்டுத் தூவினால் வரகு அரிசி பொங்கல் ரெடி.

❖ சுடச் சுட பொங்கலை வெங்காயச் சட்னி, கத்திரிக்காய் கொத்சு வைத்துப் பரிமாறவும்.

37. வரகு அரிசி அப்பம் (வெல்லம்)

தேவையான பொருள்கள்:

வரகு அரிசி மாவு - 1 கப்

பச்சரிசி மாவு - 2 கப்

மைதா மாவு - 2 கப்

கோதுமை மாவு - 1 கப்

ஏலப் பொடி - 1 டீ ஸ்பூன்

வெள்ளை எள்ளு (சுத்தம் செய்தது) - 2 டீ ஸ்பூன்

பாகு வெல்லம் (துருவியது) - 5 கப்

சமையல் சோடா - 1 சிட்டிகை

தேங்காய் துருவல் - 1/2 கப்

பிசைந்த பூவன் பழம் - 1/2 பழம்

நெய் - 1 டேபிள் ஸ்பூன்

அப்பம் பொரிக்க

சமையல் எண்ணெய் - 1 டேபிள் ஸ்பூன்

அப்பம் மாவு கலக்கும் விதம்

❖ வெல்லத்தை ஒரு அடி கனமான பாத்திரத்தில் போட்டு முங்கும் அளவு தண்ணீர் விட்டு கொதிக்க விடவும். 5 நிமிடம் நிதானமான தீயில் கொதித்த பிறகு, அடுப்பிலிருந்து இறக்கி, வடிகட்டி, ஆற விடவும்.

❖ இன்னொரு பாத்திரத்தில் வரகு அரிசி மாவு, பச்சரிசி மாவு, மைதா,

கோதுமை மாவு, நெய், வெள்ளை எள்ளு, தேங்காய் துருவல், பிசைந்த பூவன் பழம் போட்டுக் கலந்து, வெல்லப் பாகை விட்டு தோசை மாவு பதத்துக்கு, கட்டி இல்லாமல் கரைக்கவும்.

❖ கரைத்து 1/2 மணி நேரம் ஊற வைக்கவும். அப்பம் வார்க்கும் முன்பு, மாவில் சமையல் சோடாவைக் கலந்து கொள்ளவும்.

❖ பின் அடுப்பில் குழிப் பணியாரக் கல்லை வைத்து, குழிகளில் எண்ணெய் விட்டு காய்ந்த உடன் குழிக்கு 3/4 பாகம் அப்பம் மாவை விட்டு நிதானமான தீயில் வேக வைத்து, திருப்பிப் போட்டு, பொன்னிறமானதும் எடுக்கவும். சூடாகப் பரிமாறவும்.

குறிப்பு: அதிகம் பூவன் பழம் சேர்த்தால் அப்பம் சுருண்டு விடும். அப்பம் வார்க்கும் பொழுது சமையல் எண்ணெய் பாதி, நெய் பாதி சேர்த்தால் சுவை பிரமாதம்.

38. வரகு அரிசி சட்னி பொடி

தேவையான பொருள்கள்:

வரகு அரிசி - 1/2 கப்

கடலைப் பருப்பு - 1/2 கப்

உளுத்தம் பருப்பு - 1/2 கப்

உப்பு - ருசிக்கேற்ப

வரமிளகாய் - 12 (கிள்ளியது)

பெருங்காயப் பொடி - 1/2 டீ ஸ்பூன்

தேங்காய் துருவல் - 1 கப்

புளி - 1 சுளை (சிறிய சுளை)

சமையல் எண்ணெய் - 1/2 டேபிள் ஸ்பூன்

சட்னி பொடி மேல் தூவ

சர்க்கரை - 1 டீ ஸ்பூன்

செய்முறை:

❖ அடி கனமான ஒரு வாணலியை முதலில் அடுப்பிலேற்றி, மிகவும் நிதானமான தீயில் துருவிய தேங்காயைப் போட்டு பொன்னிறமாக வறுத்து, ஆற விடவும்.

❖ பிறகு வாணலியைச் சுத்தம் செய்து, மீண்டும் அடுப்பிலேற்றி, சூடானதும், சமையல் எண்ணெய் விட்டு, வரகு அரிசி, கடலைப் பருப்பு, உளுத்தம் பருப்பு, மிளகாய் வற்றல், புளி இவற்றை

நிதானமான தீயில் பொன்னிறமாக வறுத்து, அடுப்பிலிருந்து இறக்கி ஆற விடவும். ருசிக்கேற்ப உப்பு, பெருங்காயப் பொடி போட்டு மிக்ஸியில் கரகரப்பாகப் பொடித்து ஒரு பாத்திரத்தில் போடவும்.

❖ பின் தேங்காயை இரண்டு சுற்று சுற்றி மிக்ஸியிலிருந்து எடுத்து, அரைத்த பொடியுடன் கலந்து, ஒரு டீ ஸ்பூன் சர்க்கரை சேர்த்து, காற்று புகாத பாட்டிலில் போட்டு வைக்கவும்.

❖ இந்த வரகு அரிசி சட்னி பொடி, சூடான இட்லி, மெத்து மெத்து தோசையுடன் தொட்டுச் சாப்பிட கலக்கல்தான்!

❖ அதேபோல் சூடான சாதம், நெய், சட்னி பொடி போட்டு பிசைந்து, துணைக்கு அப்பளம், காய்கறி பச்சடி வைத்துப் பரிமாறவும். மிகவும் ருசியாக இருக்கும்.

குறிப்பு: 1 1/2 டேபிள் ஸ்பூன் இந்தச் சட்னிப் பொடியை 2 கப் கடைந்த கெட்டித் தயிரில் கலந்து சிறிது உப்பு சேர்த்து, பொடியாக கொத்தமல்லியை நறுக்கிக் கலந்தால் சுவையான பச்சடி தயார்.

39. வரகு கல் தோசை

தேவையான பொருள்கள்:

வரகு அரிசி - 1/2 டம்ளர்

பச்சரிசி - 1 டம்ளர்

புழுங்கல் அரிசி - 1 டம்ளர்

உளுந்து - 1/2 டம்ளருக்குச் சற்று கூட

உப்பு - ருசிக்கேற்ப

தோசை சுட்டு எடுக்க

நெய் + சமையல் எண்ணெய் கலவை தேவையான அளவு

செய்முறை:

❖ வரகு அரிசி, பச்சரிசி, புழுங்கல் அரிசி, உளுந்து இவற்றைக் கழுவி, தண்ணீர் விட்டு 2 மணி நேரம் ஊற வைக்கவும். இரண்டு மணி நேரம் ஊறிய பின்னர், கிரைண்டரில் நைசாக அரைத்து, மாவிற்கு உப்பு போட்டு, நன்கு கரைத்து 6 அல்லது 7 மணி நேரம் புளிக்க விடவும்.

❖ பின் அடுப்பில் தோசைக் கல்லை வைத்து சற்று தடிமனான தோசையாக வார்த்து, சுற்றி நெய் + எண்ணெய் கலவை விட்டு, ஒரு மூடி கொண்டு மூடவும். மறுபக்கம் திருப்ப வேண்டாம். தோசையை சூடாக சட்னி பொடி, இட்லி பொடி வைத்துப் பரிமாறவும்.

40. வரகு, பேபி உருளைக் கிழங்கு சாலட்

தேவையான பொருள்கள்:

வரகு அரிசி - 1/2 கப் (சுத்தம் செய்து வெறும் வாணலியில் பொன்னிறமாக வறுத்து நைசாகப் பொடிக்கவும்).

வேக வைத்து தேல் எடுத்த பேபி உருளைக் கிழங்கு - 2 கப்

நசுக்கிய பூண்டு - 1 பல்

பொடியாக நறுக்கிய பச்சை மிளகாய் - 1 டீ ஸ்பூன்

சாலட் டிரெஸ்ஸிங் செய்முறை:

எலுமிச்சைச் சாறு - 1 டீ ஸ்பூன்

உப்பு, மிளகு பொடி - ருசிக்கேற்ப

பொடித்த ஓமம் - 1/2 டீ ஸ்பூன்

பொடியாக நறுக்கிய பச்சை கொத்தமல்லித் தழை - சிறிது

ஆலிவ் எண்ணெய் - 1 டேபிள் ஸ்பூன்

(இவை எல்லாவற்றையும் கலந்து வைக்கவும்).

மேலே அலங்கரிக்க

பொடியாக நறுக்கிய வெங்காயத் தாள் (பச்சைப் பகுதி மட்டும்) - ஒரு கை அளவு

வறுத்து, சற்று கரகரப்பாக பொடித்த வேர்க் கடலை - 1 கை அளவு

செய்முறை:

❖ ஒரு அகலமான பாத்திரத்தில் வரகு அரிசிப் பொடி முதல் நறுக்கிய பச்சை மிளகாய் வரை தேவையான பொருள்கள் அனைத்தையும் போட்டு நன்கு குலுக்கவும். பின் சாலட் டிரெஸ்ஸிங்கை மேலே விட்டு மறுபடி நன்கு குலுக்கவும். மேலே அலங்கரித்துப் பரிமாறவும்.

❖ இதுவொரு வித்தியாசமான சாலட். நன்கு முறுமுறுப்பாக டோஸ்ட் செய்த ரொட்டித் துண்டுகள், ஒரு கப் சூப்புடன் இந்த சாலட் சுவைத்துப் பாருங்கள்... அமிர்தம்தான்.

41. வரகு தேப்லா

வரகு தேப்லா - தேப்லா என்பது குஜராத்தில் செய்யும் ஒரு மெல்லிய சப்பாத்தி வகை. மேலும் வரகு அரிசி மாவு சேர்ப்பதால் சுவை கூடும்.

தேவையான பொருள்கள்:

வரகு அரிசி - 1 கப் (நன்றாக மசிக்கும் படியாக சாதத்தை வேக வைத்துக்

கொள்ளவும்)

கோதுமை மாவு - 1 கப்

மஞ்சள் பொடி - 1/2 டீ ஸ்பூன்

பச்சை மிளகாய் விழுது - 1 டீ ஸ்பூன்

வெள்ளை எள் - 2 டீ ஸ்பூன்

சுத்தம் செய்து நறுக்கிய வெந்தயக் கீரை - 1 கை அளவு

உப்பு - ருசிக்கேற்ப

தேப்லா சுட்டு எடுக்க

சமையல் எண்ணெய் - தேவையான அளவு

செய்முறை:

❖ முதலில் 1 கப் வரகு அரிசியைக் கழுவி, 15 நிமிடம் ஊற வைத்து, பிரஷர் குக்கரில் 1 கப் வரகு அரிசிக்கு 3 கப் தண்ணீர் விட்டு 1 விசில் வரும் வரை வேக விடவும். பிரஷர் குறைந்ததும் எடுத்து மசித்துக் கொள்ளவும்.

❖ பின் வரகு அரிசி சாதம் முதல் கோதுமை மாவு, மஞ்சள் பொடி, பச்சை மிளகாய் விழுது, வெள்ளை எள், வெந்தயக் கீரை, ருசிக்கேற்ப உப்பு வரை தேவையான பொருள்களில் கொடுத்தவற்றையெல்லாம் சேர்த்து நன்கு சப்பாத்தி மாவு பதத்துக்கு பிசையவும் (தேவை என்றால் சிறிது தண்ணீர் தெளித்துப் பிசையலாம்).

❖ ரொம்ப கனமான சப்பாத்திகளாகப் போடாமல் சற்று சன்னமானதாகத் திரட்டவும்.

❖ அடுத்து அடுப்பில் தோசைக் கல்லை காய வைத்து, சப்பாத்தியை (தேப்லா) போட்டு இரு புறமும் எண்ணெய் விட்டு, பொன்னிறமாக சுட்டு எடுக்கவும்.

❖ இந்தத் தேப்லாவுடன், கடைந்த பருப்பு, காய்கறி, ஸப்ஜி, மிக்ஸ்டு வெஜிடெபிள் கறி, ஊறுகாய் வைத்துப் பரிமாறலாம்.

42. வரகு, வெங்காய, சீஸ் டிப்

தேவையான பொருள்கள்:

வெறும் வாணலியில் பொன்னிறமாக வறுத்துப் பொடித்த வரகு அரிசி மாவு - 1/4 கப்

கெட்டித் தயிர் - 2 கப்

துருவிய பெரிய வெங்காயம் - 1 கப்

துருவிய சீஸ் - 1 1/4 கப்

பொடியாக நறுக்கிய பச்சை கொத்தமல்லி - 1/4 கப்

உப்பு, மிளகுப் பொடி - ருசிக்கேற்ப

தக்காளி சாஸ் - 1 டீ ஸ்பூன்

செய்முறை:

❖ மேற்கூறிய பொருள்கள் எல்லாவற்றையும் ஒன்றாகக் கலக்கவும். டிப் ரெடி.

❖ இந்த டிப், சிப்ஸ், டோஸ்டர் ரொட்டித் துண்டுகள், நீளமாக நறுக்கி காரட், வெள்ளரிக்காய், க்ரீம் க்ராக்கர் பிஸ்கட்டுடன் தொட்டுச்சாப்பிட வெகு அமர்க்களமாக இருக்கும்.

குறிப்பு:

சீஸ் சேர்ப்பதால் உப்பு பார்த்து போடவும்.

43. வரகு பால் பாயசம்

தேவையான பொருள்கள்:

வரகு அரிசி - 1/2 கப்

பால் - 1 1/2 லிட்டர்

சர்க்கரை - 3/4 கப் (பொடிக்கவும்)

குங்குமப் பூ - 5 இதழ்கள் (சூடான பாலில் கரைக்கவும்)

செய்முறை:

❖ வரகு அரிசியைக் கழுவி 15 நிமிடம் தண்ணீரில் ஊற வைக்கவும். பின் 1 1/2 கப் தண்ணீரில் வேக வைத்து எடுத்துக் கொள்ளவும்.

❖ அடுத்து அடி கனமான ஒரு வாணலியில் பாலை விட்டு, அடுப்பிலேற்றி காய்ச்சவும்.

❖ பால் நன்கு கொதித்து பாதியாகச் சுண்டியதும், வேக வைத்த வரகு அரிசி சாதத்தைப் போட்டுக் கலந்து மேலும் கொதிக்க வைக்கவும்.

❖ பால் சற்று கெட்டிப்பட ஆரம்பித்ததும் பொடித்த சர்க்கரை சேர்த்து மேலும் 4 கொதி விட்டு, குங்குமப் பூ பால் சேர்த்து ஒரு கொதி விட்டு, இறக்கி பரிமாறவும்.

44. வரகு அரிசி மெது போண்டா

தேவையான பொருள்கள்:

வரகு அரிசி மாவு - 1 கப்

கடலை மாவு - 2 கப்

பொடியாக நறுக்கிய பெரிய வெங்காயம் - 2 கப்

பொடியாக நறுக்கிய பச்சை மிளகாய் - 2 டேபிள் ஸ்பூன்

பொடியாக நறுக்கிய முந்திரித் துண்டுகள் - 2 டேபிள் ஸ்பூன்

உப்பு - ருசிக்கேற்ப

கெட்டி நெய் விழுது - 1 டேபிள் ஸ்பூன்

ஆப்ப சோடா - 3 சிட்டிகை

பொடியாக நறுக்கிய கறிவேப்பிலை - சிறிது

மெது போண்டா பொரிக்க

சமையல் எண்ணெய் - தேவையான அளவு

செய்முறை:

❖ ஒரு அகலமான தட்டில் வரகு அரிசி மாவு, கடலை மாவைப் போட்டு நடுவில் ஒரு குழி போல குழிக்கவும்.

❖ இன்னொரு தட்டில் ஆப்ப சோடா, கெட்டி நெய் விழுது, ருசிக்கேற்ப உப்பு போட்டு, நன்கு கையால் குழைக்கவும். அதனுடன் முந்திரித் துண்டுகள், நறுக்கிய வெங்காயம், நறுக்கிய பச்சை மிளகாய், பொடியாக நறுக்கிய கறிவேப்பிலை சேர்த்து நன்கு கலக்கவும்.

❖ இந்தக் கலவையைத் தட்டில் குவித்து வைத்துள்ள மாவில் போட்டு லேசாக தண்ணீர் தெளித்து, கெட்டியாக மாவு பிசைந்து ஒரு 5 நிமிடம் வைக்கவும்.

❖ பிறகு ஒரு கனமான கடாயில் எண்ணெயைக் காய வைத்து, மாவிலிருந்து சிறு உருண்டைகளாக உருட்டி எண்ணெயில் போட்டு பொன்னிறமாகப் பொரித்து எடுக்கவும்.

❖ சூடாக தக்காளி சட்னி, தேங்காய் சட்னி வைத்துப் பரிமாறவும்.

45. வரகு அரிசி துவரை ஊத்தப்பம்

தேவையான பொருள்கள்:

வரகு அரிசி - 1/4 கப்

துவரம் பருப்பு - 1 கப்

உப்பு - ருசிக்கேற்ப (கல் உப்பைப் பயன்படுத்தவும்)

சோம்பு - 1 டீ ஸ்பூன்

மிளகாய் வற்றல் - 8

பொடியாக நறுக்கிய சாம்பார் வெங்காயம் - 1 கப்

பொடியாக நறுக்கிய கறிவேப்பிலை, கொத்தமல்லி - சிறிதளவு

பொடியாக நறுக்கிய தேங்காய்ப் பல் - 1/4 கப்

ஊத்தப்பம் சுட்டு எடுக்க

சமையல் எண்ணெய் - தேவையான அளவு

செய்முறை:

- ❖ முதலில் வரகு அரிசி, துவரம் பருப்பு இவற்றை நன்கு கழுவி, 8 மிளகாய் வற்றல் சேர்த்து 2 மணி நேரம் ஊற வைக்கவும்.

- ❖ பின் ஊற வைத்த பொருள்களுடன், சோம்பு, ருசிக்கேற்ப உப்பு சேர்த்து அரைத்து 3 மணி நேரம் வைக்கவும். பிறகு மாவுடன் வெங்காயம், தேங்காய் பல், கருவேப்பிலை, கொத்தமல்லி சேர்த்துக் கலந்து மேலும் 1/2 மணி வைக்கவும்.

- ❖ அரைமணி நேரத்துக்குப் பிறகு ஒரு கனமான தோசைக் கல்லை அடுப்பில் வைத்து நிதானமான தீயில் சின்னச் சின்ன ஊத்தப்பமாக வார்த்து, சுற்றி சமையல் எண்ணெய் விட்டு, பொன்னிறமாக இரண்டு பக்கமும் சுட்டுடெடுக்கவும்.

- ❖ சூடாக ரசம் சாதத்துடன் பரிமாறவும். அல்லது சூடான ஊத்தப்பத் துடன் இட்லி மிளகாய்ப் பொடி, தேங்காய் சட்னி வைத்துப் பரிமாறவும்.

கேழ்வரகு (ராகி)

46. கேழ்வரகு மாவு உப்புமா (ராகி மாவு உப்புமா)

தேவையான பொருள்கள்:

கேழ்வரகு மாவு - 2 கப்

சற்று நீர்க்கக் கரைத்த மோர் - 1 1/4 கப்

உப்பு - ருசிக்கேற்ப

தாளிக்க:

சமையல் எண்ணெய் - 1/4 கப்

கடுகு - 1 டீ ஸ்பூன்

உளுத்தம் பருப்பு - 1 டீ ஸ்பூன்

கடலைப் பருப்பு - 1 டீ ஸ்பூன்

பொடியாக நறுக்கிய பச்சை மிளகாய் - 2 டீ ஸ்பூன்

கிள்ளிய மிளகாய் வற்றல் - 1

பொடியாக நறுக்கிய கறிவேப்பிலை - சிறிது

பொடியாக நறுக்கிய பெரிய வெங்காயம் - 1 கப்

செய்முறை:

❖ முதலில் கேழ்வரகு மாவு, உப்பு, மோர் சேர்த்து பஜ்ஜி மாவு பதத்துக்கு கரைத்து ஒரு 15 நிமிடம் வைக்கவும்.

❖ அடுத்து அடி கனமான ஒரு வாணலியை அடுப்பில் நிதானமான தீயில் வைத்து எண்ணெய் ஊற்றிக் காய்ந்ததும், கடுகு தாளித்து, கடலைப் பருப்பு, உளுத்தம் பருப்பைப் போட்டு, சற்று சிவக்க வந்தவுடன், கிள்ளிய மிளகாய் வற்றல் போட்டு, ஒரு திருப்புத் திருப்பி, பச்சை மிளகாய், கறிவேப்பிலை, வெங்காயம் போட்டு, நன்கு வதக்கவும்.

❖ வெங்காயம் நன்கு வதங்கியதும் அடுப்பை சிம்மில் வைத்து, கரைத்த கேழ்வரகு மாவை விட்டு ஒரு மூடி போட்டு மூடவும். 5 நிமிடத்துக்கு ஒரு முறை கிளறி மறுபடியும் மூடி போடவும்.

❖ 20 நிமிடம் கழித்து, உப்புமா பொலபொலவென வந்தவுடன் நன்கு கலந்து பிரட்டி, தேங்காய் சட்னி வைத்துப் பரிமாறவும்.

47. ராகி மாவு ரொட்டி

தேவையான பொருள்கள்:

ராகி மாவு - 1 கப்

கோதுமை மாவு - 1/2 கப்

அரிசி மாவு - 2 டேபிள் ஸ்பூன்

உப்பு - ருசிக்கேற்ப

துருவிய வெங்காயம் - 1 கப்

துருவிய காரட் - 1 கை அளவு

துருவிய வெள்ளரிக்காய் - 1 கை அளவு

பொடியாக நறுக்கிய பச்சை மிளகாய் - 3

தேங்காய் துருவல் - 2 டேபிள் ஸ்பூன்

பொடியாக நறுக்கிய கொத்தமல்லித் தழை - 1/4 கப்

சீரகம் - 2 டீ ஸ்பூன்

ரொட்டி சுட்டு எடுக்க

சமையல் எண்ணெய் - தேவையான அளவு

செய்முறை:

❖ ஒரு அகலமான தட்டில் ராகி மாவு முதல் சீரகம் வரை தேவையான பொருள்களில் கொடுத்தவற்றை எல்லாம் சேர்த்து, தண்ணீர் தெளித்து சப்பாத்தி மாவு பதத்துக்குப் பிசைந்து 1/4 மணி நேரம் ஊற வைக்கவும் (தண்ணீர் பார்த்து சேர்க்கவும். வெள்ளரிக்காய், வெங்காயம் - இவற்றிலும் இருந்து தண்ணீர் வெளியேறும்).

❖ பின் சற்றுக் கனமான சப்பாத்திகளாகப் போட்டு தோசைக் கல்லை அடுப்பிலேற்றி, நிதானமான தீயில், ரொட்டிகளை பொன்னிறமாக எண்ணெய் விட்டு சுட்டு எடுக்கவும்.

❖ சுடச் சுட ராகி ரொட்டியை வெங்காயத் தயிர் பச்சடி, தக்காளி சட்னி வைத்துச் சாப்பிடக் கொடுக்கவும்.

48. ராகி சத்து மாவு (கஞ்சிப் பொடி)

தேவையான பொருள்கள்:

ராகி - 1 கப்

பாசிப் பருப்பு - 1 கப்

பொட்டுக் கடலை - 1 கப்

முழு கோதுமை - 1 கப்

புழுங்கலரிசி - 1 கப்

பாதாம் பருப்பு - 1 கை அளவு

ஏலக்காய் - 6

செய்முறை:

❖ மேலே கூறிய பொருள்கள் ஒவ்வொன்றையும் தனித் தனியே நன்கு புடைத்து, சுத்தம் செய்து தனித் தனியாக வைக்கவும்.

❖ அடுத்து அடுப்பில் அடி கனமான ஒரு வாணலியை வைத்து, நிதானமன தீயில் ஒவ்வொரு பொருளையும் தனித் தனியாக பொன்னிறமாக வறுத்து, பின் ஒரு அகலமான தட்டில் கொட்டி ஆற விடவும்.

❖ பின் எல்லாவற்றையும் ஒன்றாகச் சேர்த்து மாவு மிஷினில் கொடுத்து நைசாகப் பொடிக்கவும். மாவை ஆற வைத்து ஒரு காற்று புகாத டப்பாவில் போடவும்.

❖ தேவையான பொழுது, ஒரு கரண்டி மாவு எடுத்து 2 டம்ளர் தண்ணீர் விட்டு கஞ்சி காய்ச்சி, அதில் தேவையான சர்க்கரை, பால் கலந்து பருகவும்.

❖ இந்தக் கஞ்சி ரொம்ப ருசியாக இருக்கும். உடலுக்கு மிகச் சத்தானதும்கூட.

49. ராகி டிக்கியா

இது ஒரு குஜராத், டில்லி ஸ்நாக் வகை. மிகவும் டேஸ்டியாக இருக்கும்.

தேவையான பொருள்கள்:

ராகி மாவு - 1/2 கை அளவு

வேக வைத்து தோல் எடுத்துத் துருவிய உருளைக் கிழங்கு - 2 கப்

வேக வைத்து லேசாக மசித்த பச்சைப் பட்டாணி - 1 கை அளவு

இஞ்சி, பூண்டு, பச்சை மிளகாய் விழுது - 1 டேபிள் ஸ்பூன்

உப்பு - ருசிக்கேற்ப

கரகரப்பாக பொடித்த வேர்க்கடலைப் பொடி - 1 கை அளவு

பொடியாக நறுக்கிய புதினா இலைகள் - சிறிது

தாளிக்க:

சமையல் எண்ணெய் - 1 டேபிள் ஸ்பூன்

சீரகம் - 1 டி ஸ்பூன்

பொடியாக நறுக்கிய வெங்காயம் - 1 கை அளவு

டிக்கியா சுட்டு எடுக்க

சமையல் எண்ணெய் - தேவையான அளவு

செய்முறை:

❖ அடி கனமான ஒரு வாணலியை அடுப்பில் வைத்து எண்ணெய் ஊற்றிக் காய்ந்ததும் சீரகம் தாளிக்கவும். பின் வெங்காயத்தைப் போட்டு வதக்கவும்.

❖ வெங்காயம் லேசாக வதங்கியதும் இஞ்சி, பூண்டு, பச்சை மிளகாய் விழுது சேர்த்து வதக்கி, மற்ற உருளைக் கிழங்கு, பச்சைப் பட்டாணி, வேர்க்கடலைப் பொடி, புதினா இலைகள், ருசிக்கேற்ப உப்பு சேர்த்துக் கிளறி இறக்கவும்.

❖ ஆறியவுடன் சற்று மீடியம் உருண்டைகளாக உருட்டி லேசாகத் தட்டவும். இவற்றை ஒரு தட்டில் அடுக்கி வைக்கவும்.

❖ பிறகு ஒரு தோசைக் கல்லை அடுப்பில் போட்டு, டிக்கியாக்களை நான்கு நான்காக வைத்து, நிதானமான தீயில், சுற்றி சமையல் எண்ணெய் விட்டு பொன்னிறமாகச் சுட்டு எடுக்கவும்.

❖ சுடச் சுட டிக்கியாவை பச்சை சட்னி, இனிப்பு சட்னி வைத்துப் பரிமாறவும்.

50. ராகி டிக்கியா சாட்

தேவையான பொருள்கள்:

(முந்தைய 49ம் சமையல் குறிப்பில் செய்த) ராகி டிக்கியா - 10

பட்டாணி மிக்ஸ் செய்யத் தேவையான பொருள்கள்:

ஊற வைத்து, வேக வைத்த காய்ந்த பச்சைப் பட்டாணி - 1 கப்

பொடியாக நறுக்கிய பெரிய வெங்காயம் - 1/2 கப்

பொடியாக நறுக்கிய தக்காளி - 1/2 கப்

மிளகாய்ப் பொடி - 1 டீ ஸ்பூன்

கரம் மசாலா பொடி - 1 டீ ஸ்பூன்

உப்பு - ருசிக்கேற்ப

தாளிக்க:

சமையல் எண்ணெய் - 2 டேபிள் ஸ்பூன்

சீரகம் - 1 டீ ஸ்பூன்

செய்முறை:

❖ அடி கனமான ஒரு வாணலியை அடுப்பில் வைத்து எண்ணெய் ஊற்றிக் காய்ந்ததும் சீரகம் தாளித்து பொடியாக நறுக்கிய வெங்காயம், தக்காளியை ஒன்றன் பின் ஒன்றாகப் போட்டு வதக்கவும்.

❖ இரண்டும் வதங்கியதும், உப்பு, மிளகாய்ப் பொடி, கரம் மசாலா பொடி போட்டு கலந்து, சற்று தண்ணீர் விட்டு, எல்லாம் ஒன்று சேர கொதித்ததும், வேக வைத்த பட்டாணியைப் போட்டு கலந்து இறக்கவும்.

அலங்கரிக்க

புளிப்பில்லாத கடைந்த கெட்டித் தயிர் - 1 கப்

சீரகப் பொடி - சிறிது

சாட் மசாலா பொடி - சிறிது

பொடியாக நறுக்கிய பச்சை கொத்தமல்லி - சிறிது

ஓமப் பொடி - ஒரு கை அளவு

டிக்கியாவை செய்யும் முறை

❖ ஒரு தட்டில் இரண்டு டிக்கியாவை சின்னத் துண்டுகளாக விண்டு வைத்து அதன் மேலே சூடான பட்டாணி மிக்ஸ் விட்டு, பின் தயிர் விட்டு, மேலே சீரகப் பொடி, சாட்கோலா பொடி தூவி, பொடியாக நறுக்கிய பச்சை கொத்தமல்லி தூவி, சிறிது பச்சை சட்னி, இனிப்பு சட்னியைப் போட்டு, அதன் மேலே ஓமப் பொடியைத் தூவி சாப்பிடக் கொடுக்கவும்.

இந்த ராகி டிக்கியா சாட் ரொம்பவே சுவையானது.

51. ராகி ஆம வடை

தேவையான பொருள்கள்:

ராகி மாவு - 1/2 கப்

கடலைப் பருப்பு - 3 கரண்டி

துவரம் பருப்பு - 1 கரண்டி

உளுத்தம் பருப்பு - 1/2 கரண்டி

மிளகாய் வற்றல் - 4

பச்சை மிளகாய் - 1 (பொடியாக நறுக்கவும்)

பெருங்காயப் பொடி - 1/2 டீ ஸ்பூன்

பொடியாக நறுக்கிய இஞ்சி - 1 டேபிள் ஸ்பூன்

உப்பு - ருசிக்கேற்ப

கிள்ளிய கறிவேப்பிலை - சிறிது

வடை சுட்டு எடுக்க:

சமையல் எண்ணெய் - தேவையான அளவு

செய்முறை:

❖ கடலைப் பருப்பு, துவரம் பருப்பு, உளுத்தம் பருப்பு, மிளகாய் வற்றல் இவற்றை 2 மணி நேரம் ஊற வைக்கவும்.

❖ பின் வடிகட்டி, கரகரப்பாக அரைத்து, இந்தக் கலவையுடன் ராகி மாவு, நறுக்கிய இஞ்சி, பச்சை மிளகாய், ருசிக்கேற்ப உப்பு, பெருங்காயப் பொடி, கிள்ளிய கறிவேப்பிலையைப் போட்டு (துளை போடாமல்) வடைகளாகத் தட்டி எண்ணெயில் பொன்னிறமாக சுட்டு எடுக்கவும்.

❖ சூடாக இஞ்சி சட்னி அல்லது மல்லி தேங்காய் சட்னி வைத்துப் பரிமாறவும்.

52. ராகி தட்டை (பட்டன் தட்டை)

தேவையான பொருள்கள்:

ராகி மாவு - 1 கப்

வெள்ளை ரவை - 1 கப்

மைதா - 1 கப்

பச்சை மிளகாய் விழுது - 1 டேபிள் ஸ்பூன்

மிளகு, சீரகப் பொடி - 2 டீ ஸ்பூன்

வெண்ணெய் - 1/4 கப்

பொடியாக நறுக்கிய பச்சை கொத்தமல்லி - சிறிது

உப்பு - ருசிக்கேற்ப

சூடான எண்ணெய் - 1 டேபிள் ஸ்பூன்

தட்டை பொரிக்க

சமையல் எண்ணெய் - தேவையான அளவு

செய்முறை:

❖ முதலில் ஒரு அகலமான தட்டில் வெண்ணெய் உப்பு போட்டு தேய்த்துப் பிசைந்து, பின் அந்தத் தட்டில் ராகி மாவு முதல் தேவையான பொருள்களில் சொல்லியுள்ள அனைத்துப் பொருள்களையும் போட்டு தண்ணீர் தெளித்து கெட்டியாக பிசைந்துகொள்ளவும்.

- ❖ அந்த மாவை சின்னச் சின்ன பட்டன் தட்டையாகத் தட்டி ஒரு துணியில் போடவும். 5 நிமிடம் கழித்து, சூடான எண்ணெயில் பொரித்து, ஆற விட்டு ஒரு காற்று புகாத டப்பாவில் வைத்து, மாலை தேனீர் அருந்தும் பொழுது பரிமாறவும்.

53. ராகி சேமியா வெஜ் பாத்

தேவையான பொருள்கள்:

உதிராக வேக வைத்த ராகி சேமியா - 3 கப்

பொடியாக நறுக்கிய வேக வைத்த (காரட், பீன்ஸ், நூல்கோல், காலி பிளவர்) காய்கறிகள் - 1 கப்

வேக வைத்த பச்சைப் பட்டாணி - 1/2 கப்

இஞ்சி, பச்சை மிளகாய் விழுது - 1 டீ ஸ்பூன்

பொடியாக நறுக்கிய பெரிய வெங்காயம் - 1 கப்

பொடியாக நறுக்கிய தக்காளி - 1/2 கப்

துருவிய தேங்காய் - 1 கை அளவு

பொடியாக நறுக்கிய கறிவேப்பிலை - சிறிது

தாளிக்க:

சமையல் எண்ணெய் - 1 1/2 டேபிள் ஸ்பூன்

கடுகு - 1 டீ ஸ்பூன்

உளுத்தம் பருப்பு - 1 டீ ஸ்பூன்

சீரகம் - 1/2 டீ ஸ்பூன்

மேலே ஊற்றிக் கலக்க

எலுமிச்சை சாறு - 2 டேபிள் ஸ்பூன்

செய்முறை:

- ❖ அடி கனமான ஒரு வாணலியை அடுப்பில் வைத்து, எண்ணெய் ஊற்றிக் காய்ந்ததும் தாளிக்கக் கொடுத்த பொருள்களைத் தாளித்து, பின்பு வெங்காயத்தைப் போட்டு வதக்கவும்.

- ❖ வெங்காயம் வதங்கியதும் அடுத்ததாக தக்காளி, இஞ்சி, பச்சை மிளகாய் விழுதைப் போட்டு வதக்கி வேக வைத்த காய், பச்சைப் பட்டாணி, ருசிக்கேற்ப உப்பு போட்டு வதக்கவும்.

- ❖ பின் அதனுடன் துருவிய தேங்காய், கறிவேப்பிலை, உதிராக வேக வைத்த ராகி சேமியாவைப் போட்டு ஒரு முள் கரண்டியால் (fork) நன்கு கலந்து, மேலாக எலுமிச்சை சாறு விட்டு கலந்து சூடாக தேங்காய் சட்னி, சர்க்கரை வைத்துப் பரிமாறவும்.

54. ராகி ரவா தோசை

தேவையான பொருள்கள்:

ராகி மாவு - 1/2 கப்

அரிசி மாவு - 3 கப்

மைதா மாவு - 2 கப்

ரவை - 1 கப்

சீரகம் - 2 டீ ஸ்பூன்

பொடியாக நறுக்கிய பச்சை மிளகாய் - 1 டேபிள் ஸ்பூன்

உப்பு - ருசிக்கேற்ப

பொடியாக நறுக்கிய கொத்தமல்லித் தழை, கறிவேப்பிலை - சிறிது

துருவிய இஞ்சி - 1 டேபிள் ஸ்பூன்

கரகரப்பாக பொடித்த மிளகுப் பொடி - 1 டேபிள் ஸ்பூன்

தோசை சுட்டு எடுக்க

சமையல் எண்ணெய் - தேவையான அளவு

செய்முறை:

❖ முதலில் ஒரு வாயகன்ற பாத்திரத்தில் ராகி மாவு முதல் மிளகுப் பொடி வரை தேவையான பொருள்களில் கொடுக்கப்பட்டிருக்கும் அனைத்துப் பொருள்களையும் ஒன்றாகச் சேர்த்து தண்ணீர் விட்டு கரைத்து (சற்று நீர்க்க கரைக்கவும்) 1/2 மணி நேரம் வைக்கவும்.

❖ பின்பு, தோசைக் கல்லை அடுப்பிலேற்றி, நிதானமான தீயில் சற்று பெரிய ராகி ரவா தோசையை வார்த்து, சமையல் எண்ணெயை இரண்டு புறமும் விட்டு, திருப்பிப் போட்டு, சற்று முறுகலாக எடுக்கவும்.

❖ சூடாக தேங்காய் சட்னியுடன் பரிமாறவும்.

55. ராகி கூழ் (மாரியம்மன் கூழ்)

இந்தக் கூழ் ஆடி மாதத்தில் மாரியம்மனுக்குப் படைக்க உகந்தது.

தேவையான பொருள்கள்:

ராகி மாவு - 1 கை அளவு

தண்ணீர் - 5 கப்

கடைந்த தயிர் - 1 கப்

உப்பு - ருசிக்கேற்ப

பொடியாக நறுக்கிய சாம்பார் வெங்காயம் - 1 கை அளவு

மேலே அலங்கரிக்க

கிள்ளிய கறிவேப்பிலை - சிறிது

கிள்ளிய வேப்பிலை - 1

செய்முறை:

❖ முதலில் ராகி மாவை 2 கப் தண்ணீர் விட்டு கட்டிகள் இல்லாமல் கரைக்கவும்.

❖ பின் ஒரு கனமான பாத்திரத்தை அடுப்பில் வைத்து, மிதமான தீயில் மிஞ்சி இருக்கும் 3 கப் தண்ணீர் விட்டு கொதிக்க வைக்கவும். கொதிக்கும் நீரில் கரைத்த மாவுகலவையை விட்டு கட்டி இல்லாமல் கிளறி, கொதிக்க விடவும். ஐந்து நிமிடம் சிம்மில் வைக்கவும்.

❖ மாவு நன்கு வெந்ததும், இறக்கி, ஆற விட்டு, ருசிக்கேற்ப உப்பு, கடைந்த தயிர், சாம்பார் வெங்காயம் போட்டு, கலந்து, மேலே கறிவேப்பிலை, கிள்ளிய வேப்பிலை போட்டு மாரியம்மனுக்குப் படைத்து, பின்பு அருந்தவும்.

❖ மிக மிக ருசியாக, குளிர்ச்சியான கூழ் இது; வயிற்றைக் குளிரவைக்கும்.

56. ராகி கீரை அடை

தேவையான பொருள்கள்:

ராகி மாவு - 1/4 கப்

பொடியாக நறுக்கிய கலவை கீரை (சிறு கீரை, முகைக் கீரை, பொன்னாங்கன்னி கீரை) - 1 கப்

தோசை மாவு - 2 கப்

பொடியாக நறுக்கிய சாம்பார் வெங்காயம் - 1 கப்

பொடியாக நறுக்கிய பச்சை மிளகாய் - 1 டீ ஸ்பூன்

உப்பு - ருசிக்கேற்ப (பார்த்துப் போடவும். தோசை மாவிலும் உப்பு இருக்கும்).

தாளிக்க:

சமையல் எண்ணெய் - 2 டேபிள் ஸ்பூன்

கடுகு - 1/2 டீ ஸ்பூன்

கடலைப் பருப்பு, உளுத்தம் பருப்பு (தலா) - 1/2 டீ ஸ்பூன்

பொடியாக நறுக்கிய மிளகாய் வற்றல் - 2

அடை சுட்டு எடுக்க

சமையல் எண்ணெய் - தேவையான அளவு

செய்முறை:

❖ ஒரு வாயகன்ற பாத்திரத்தில் ராகி மாவு முதல் தோசை மாவு, கீரை, வெங்காயம், பச்சை மிளகாய், ருசிக்கேற்ப உப்பு அனைத்தையும் போட்டுக்கலந்து, கூடவே கடுகு, கடலைப் பருப்பு, உளுத்தம் பருப்பு, மிளகாய் வற்றல் தாளித்துக் கொட்டி, சிறிது தண்ணீர் விட்டு அடை மாவு பதத்துக்கு கரைத்துக் கொள்ளவும். 10 நிமிடம் வைக்கவும்.

❖ பத்து நிமிடத்துக்குப் பிறகு ஒரு தோசைக் கல்லை அடுப்பில் வைத்து, நிதானமான தீயில் சின்ன அடைகளாகச் சுட்டு, இரு புறமும் திருப்பி, சமையல் எண்ணெய் விட்டு, சூடாக கெட்டி தேங்காய் சட்னி, தக்காளி புதினா சட்னி வைத்துப் பரிமாறவும்.

57. ராகி ஆலு பரோட்டா

தேவையான பொருள்கள்:

ராகி மாவு - 1/2 கப்

கோதுமை மாவு - 1 கப்

பொடியாக நறுக்கிய பெரிய வெங்காயம் - 1

வேக வைத்து, தோல் எடுத்து துருவிய உருளைக் கிழங்கு - 1 கப்

பொடியாக நறுக்கிய பச்சை மிளகாய் - 3

பொடியாக நறுக்கிய பச்சை கொத்தமல்லித் தழை, புதினா - சிறிதளவு

சீரகம் - 1 டீ ஸ்பூன்

துருவிய பூண்டு - 1 பல்

உப்பு - ருசிக்கேற்ப

பால் (காய்ச்சி ஆறிய பால்) - 1/4 கப்

வெண்ணெய் - 1 டீ ஸ்பூன்

மஞ்சள் பொடி - 1/4 டீ ஸ்பூன்

பரோட்டா சுட்டு எடுக்க

சமையல் எண்ணெய் - தேவையான அளவு

செய்முறை:

❖ முதலில் மேற்கூறிய தேவையான பொருள்கள் பட்டியலில் கொடுக் கப்பட்டுள்ள ராகி மாவு முதல் மஞ்சள் தூள் வரையிலான அத்தனை பொருள்களையும் ஒரு அகலமான தட்டில் போட்டு நன்கு கலக்கவும்.

❖ பின்பு அதன் மீது தண்ணீர் தெளித்து சப்பாத்தி மாவு பதத்துக்கு பிசையவும்.

❖   பிசைந்த மாவை 10 நிமிடம் வைத்திருந்த பிறகு, சற்று தடிமனான சப்பாத்தியாக போட்டு, சூடான தோசைக் கல்லில் சமையல் எண்ணெய் விட்டு, இரு புறமும் திருப்பிப் போடவும்.

❖   ராகி பரோட்டா ரெடி. சூடாக கெட்டித் தயிர், ஊறுகாய் வைத்துப் பரிமாறவும்.

குறிப்பு: உருளைக் கிழங்கை வேக வைத்து, தோல் எடுத்து துருவி சேர்ப்பதால் நன்கு பிசைய வரும். மாவுடன் நன்றாக கலக்கும்.

58. ராகி தோசை – I

தேவையான பொருள்கள்:

    சலித்த ராகி மாவு - 2 கப்

    இட்லி மாவு - 4 கப்

    உப்பு - (பார்த்து சேர்க்கவும்; இட்லி மாவிலும் உப்பு இருக்கும்)

    தண்ணீர் சிறிதளவு

தோசை சுட்டு எடுக்க

    சமையல் எண்ணெய் - தேவையான அளவு

செய்முறை:

❖   ராகி மாவை, இட்லி மாவுடன் நன்கு கரைத்து ஒரு மணி நேரம் வைக்கவும்.

❖   பின் மெல்லிய தோசைகளாக வார்த்து, இரண்டு புறமும் திருப்பி, எண்ணெய் விட்டு, சுட்டு சூடாக சாம்பார், வெங்காய சட்னியுடன் பரிமாறவும்.

59. ராகி பருப்பு இட்லி

தேவையான பொருள்கள்:

    ராகி மாவு - 1/2 கப்

    பாசிப் பருப்பு - 1/4 கப்

    புழுங்கல் அரிசி - 3 கப்

    இட்லி உளுந்து - 1 கப்

    உப்பு - ருசிக்கேற்ப

செய்முறை:

❖ பாசிப் பருப்பை ஒரு மணி நேரம் ஊற வைத்து, சற்று கரகரப்பாக அரைக்கவும்.

❖ புழுங்கல் அரிசி, உளுந்து இரண்டையும் தனித் தனியே 2 மணி நேரம் ஊற வைத்து இட்லி மாவு அரைத்து, கூடவே ராகி மாவையும் கலந்து உப்பு போட்டு கரைத்து, 6 மணி நேரம் புளிக்க வைக்கவும்.

❖ பிறகு புளித்த மாவுடன் பாசிப் பருப்பை கலந்து ஒரு மணி நேரம் வைத்திருந்து அதற்குப் பிறகு, இட்லிகளாக வார்த்து எடுக்கவும்.

❖ சூடான இட்லியுடன் சாம்பார், சட்னி வைத்துப் பரிமாறவும்.

60. ராகி தோசை – II

தேவையான பொருள்கள்:

ராகி மாவு - 4 கப்

உளுந்து - 1 கப்

உப்பு - ருசிக்கேற்ப

தோசை சுட்டு எடுக்க

சமையல் எண்ணெய் - தேவையான அளவு

செய்முறை:

❖ உளுந்தைடு கழுவி, ஒரு மணி நேரம் ஊற வைத்து நன்கு குடைய குடைய அரைத்து (இட்லிக்கு அரைப்பது போலவே அரைக்கவும்), பின் ராகி மாவு, தேவையான அளவு தண்ணீர் கலந்து ருசிக்கேற்ப உப்பு போட்டு 6 மணி நேரம் புளிக்க வைக்கவும்.

❖ பிறகு சன்னமான, பெரிய தோசைகளாக வார்த்து, இரு புறமும் திருப்பிப் போட்டு, சமையல் எண்ணெய் விட்டு, சூடாக தோசையுடன் சட்னி வைத்துப் பரிமாறவும்.

குறிப்பு: ராகி தோசையின் நடுவில் மசால் (உருளைக் கிழங்கு மசால்) வைத்துப் பரிமாறலாம்.

61. ராகி சூப்

தேவையான பொருள்கள்:

ராகி மாவு - 2 டேபிள் ஸ்பூன்

பொடியாக நறுக்கி வேக வைத்த காரட், பீன்ஸ் - 1/2 கப்

வேக வைத்த பச்சைப் பட்டாணி - 1/2 கப்

உப்பு, மிளகுப் பொடி - ருசிக்கேற்ப

தண்ணீர் - 2 கப்

தாளிக்க:

வெண்ணெய் - 2 டேபிள் ஸ்பூன்

பொடியாக நறுக்கிய பெரிய வெங்காயம் - 1/4 கப்

இஞ்சி, பூண்டு விழுது - 1/2 ஸ்பூன்

மேலே அலங்கரிக்க

பொடியாக நறுக்கிய வெங்காயத் தாள் - சிறிது

துருவிய சீஸ் - சிறிது

செய்முறை:

❖ அடுப்பில் அடி கனமான பாத்திரம் வைத்து வெண்ணெய் போட்டு உருகியதும் வெங்காயம், இஞ்சி, பூண்டு விழுது தாளித்து வதக்கவும்.

❖ பின், அதனுடன் வேக வைத்த காய்கறிகளைப் போட்டு வதக்கவும். ருசிக்கேற்ப உப்பு, மிளகுப் பொடி போட்டு கலந்து அடுப்பை நிதானமாக எரிய விடவும்.

❖ ராகி மாவை 2 கப் தண்ணீரில் கலந்து, வதக்கிய காய்கறி கலவையில் ஊற்றிக் கொதிக்க வைக்கவும். பின் மேலே நறுக்கிய வெங்காயத் தாள், துருவிய சீஸ் போட்டு அலங்கரித்துப் பரிமாறவும்.

62. ராகி ரிப்பன் பக்கோடா

தேவையான பொருள்கள்:

ராகி மாவு - 1/2 கப்

பதப்படுத்தப்பட்ட அரிசி மாவு - 3/4 கப்

கடலை மாவு - 1 கப்

பொட்டுக் கடலை மாவு - 1 டேபிள் ஸ்பூன்

உப்பு - ருசிக்கேற்ப

சூடான எண்ணெய் - 1 டேபிள் ஸ்பூன்

பெருங்காயப் பொடி - 1 டி ஸ்பூன்

மிளகாய்ப் பொடி - 1 டி ஸ்பூன்

வெண்ணெய் - 1 டேபிள் ஸ்பூன்

ரிப்பன் பக்கோடா பொரிக்க

சமையல் எண்ணெய் - தேவையான அளவு

செய்முறை:

- ❖ மேற்கூறிய ராகி மாவு முதல் வெண்ணெய் வரையிலான பொருள்கள் அனைத்தையும் ஒரு அகலமான தட்டில் போட்டு நன்கு கலந்து, தண்ணீர் தெளித்து முறுக்கு மாவு பதத்துக்கு பிசைந்து கொள்ளவும்.

- ❖ பின், பிசைந்த மாவை ரிப்பன் பக்கோடா அச்சில் போட்டு, சூடான எண்ணெயில் பிழிந்து, கரகரப்பாகப் பொரித்து எடுக்கவும். காற்று புகாத டப்பாவில் எடுத்து வைத்து சாப்பிடத் தரவும்.

63. ராகி கோடுபலே

கோடுபலே (Kodu Bale) என்பது கர்நாடாகாவின் ஒரு பாரம்பரிய வகை பலகாரம். மிகவும் ருசியாக இருக்கும் இந்த ராகி கோடுபலே.

தேவையான பொருள்கள்:

ராகி மாவு - 1/4 கப்

பதப்படுத்தப்பட்ட அரிசி மாவு - 1 கப்

பொட்டுக் கடலை மாவு - 1/4 கப்

மைதா மாவு - 1/4 கப்

கரகரப்பாக பொடித்த வேர்க்கடலைப் பொடி - 1/4 கப்

துருவிய தேங்காய் - 1/4 கப் (நைசாக அரைக்கவும்)

வெள்ளை எள்ளு - 2 டேபிள் ஸ்பூன்

மிக மிக பொடியாக நறுக்கிய கறிவேப்பிலை - 2 டேபிள் ஸ்பூன்

பச்சை மிளகாய் விழுது - 1 டேபிள் ஸ்பூன்

சூடான எண்ணெய் - 2 டேபிள் ஸ்பூன்

உப்பு - ருசிக்கேற்ப

கோடுபலேவைப் பொரிக்க

சமையல் எண்ணெய் - தேவையான அளவு

செய்முறை:

- ❖ மேற்கூறிய ராகி மாவு முதல் உப்பு வரையிலான தேவையான பொருள்களில் கொடுக்கப்பட்ட பொருள்கள் அனைத்தையும் ஒரு அகலமான தட்டில் போட்டு, நன்கு கலந்து, தண்ணீர் தெளித்து, முறுக்கு மாவு பதத்துக்கு பிசைந்துகொள்ளவும்.

❖ பின் அந்த மாவில், சின்ன உருண்டை ஒன்று எடுத்து, கையில் எண்ணெய் தடவி, நீளமாகத் தேய்த்து, வட்டமாக அதனை, ஒரு மூலையுடன் மறு மூலையை இணைத்து வளையல் மாதிரி செய்யவும். பின் சூடான எண்ணெயில் கரகரப்பாகப் பொரித்து எடுக்கவும்.

64. ராகி பூண்டு பூரி

தேவையான பொருள்கள்:

ராகி மாவு - 1/2 கப்

கோதுமை மாவு - 1 கப்

பொடித்த வெள்ளை ரவை - 2 டீ ஸ்பூன்

உப்பு - ருசிக்கேற்ப

சூடான எண்ணெய் - 1 டேபிள் ஸ்பூன்

பச்சை மிளகாய் விழுது - 1 டீ ஸ்பூன்

பூண்டு விழுது - 1/2 டீ ஸ்பூன்

பூரிகளை சுட்டு எடுக்க

சமையல் எண்ணெய் - தேவையான அளவு

செய்முறை:

❖ மேற்கூறிய ராகி மாவு முதல் பூண்டு விழுது வரையிலான எல்லாப் பொருள்களையும் ஒரு அகலமான தட்டில் போட்டு நன்கு கலந்து, தண்ணீர் தெளித்து பூரி மாவு பதத்துக்கு மாவு பிசைந்துகொள்ளவும்.

❖ பின், அந்த மாவில் பூரிகளாக இட்டு, சூடான எண்ணெயில் பொரித்து, சூடான பூரிகளை சன்னா மசாலாவுடன் பரிமாறவும்.

65. ராகி கார அப்பம்

தேவையான பொருள்கள்:

ராகி மாவு - 1/4 கப்

அரிசி மாவு - 1/2 கப்

பொட்டுக் கடலை மாவு - 1/4 கப்

உருளைக் கிழங்கு, வேக வைத்து, தோல் எடுத்து துருவிக் கொள்ளவும் - 2 கப்

உப்பு - ருசிக்கேற்ப

விழுதாக அரைக்க:

தக்காளி - 1

சாம்பார் வெங்காயம் - 6

சீரகம் - 1 டீ ஸ்பூன்

இஞ்சி - 1 சிறிய துண்டு

பச்சை மிளகாய் - 6

பச்சை கொத்தமல்லித் தழை - 1 கை அளவு

அப்பம் சுட்டு எடுக்க

சமையல் எண்ணெய் - தேவையான அளவு

செய்முறை:

❖ ஒரு அகலமான பாத்திரத்தில் ராகி மாவு, அரிசி மாவு, பொட்டுக் கடலை மாவு, உப்பு, துருவிய உருளைக் கிழங்கு, அரைத்த விழுதுக் கலவை அனைத்தையும் போட்டு சிறிது தண்ணீர் விட்டு இட்லி மாவு பதத்துக்கு அரைத்து, ஒரு மணி நேரம் வைத்திருக்கவும்.

❖ ஒரு மணி நேரத்துக்குப் பிறகு, குழிப் பணியாரக் கல்லில் சமையல் எண்ணெய் விட்டு, அப்பம்களாக வார்த்து, சூடாக அப்பத்தை மோர்க் குழம்பு வைத்துப் பரிமாறவும்.

குதிரை வாலி அரிசி

66. குதிரை வாலி அரிசி பருப்பு சாதம்

இந்த அரிசி பருப்பு சாதம் கோவை பக்கம் மிகவும் பிரசித்தி பெற்றது. சுலபமாக செய்து விடலாம்.

தேவையான பொருள்கள்:

குதிரைவாலி அரிசி - 2 கப் (ஒரு மணி நேரம் ஊற வைக்கவும்)

லேசாக வறுத்த பாசி பருப்பு - 3/4 கப்

இஞ்சி - 1 சிறிய துண்டு

பூண்டு - 5 பல் (இஞ்சியையும் பூண்டையும் நைசாக அரைக்கவும்)

கீறிய பச்சை மிளகாய் - 2

பொடியாக நறுக்கிய சாம்பார் வெங்காயம் - 1 கப்

உப்பு - ருசிக்கேற்ப

தண்ணீர் - 4 கப்

விழுதாக அரைக்க:

சோம்பு - 1/2 டி ஸ்பூன்

சீரகம் - 1/2 டி ஸ்பூன்

துருவிய தேங்காய் - 3 டேபிள் ஸ்பூன்

வரமிளகாய் - 2

நறுக்கிய தக்காளி - 1

மஞ்சள் பொடி - 1/2 டி ஸ்பூன்

தாளிக்க:

சமையல் எண்ணெய் - 2 டேபிள் ஸ்பூன்

சோம்பு - 1/2 டி ஸ்பூன்

கிள்ளிய கறிவேப்பிலை - சிறிது

செய்முறை:

❖ முதலில் குக்கரை அடுப்பிலேற்றி, நிதானமான தீயில் தாளிக்க கொடுத்த பொருள்களைத் தாளித்து, பின் பொடியாக நறுக்கிய சாம்பார் வெங்காயத்தைப் போட்டு வதக்கவும். பின் இஞ்சி, பூண்டு அரவையை

வதக்கி, கூடவே பச்சை மிளகாயைப் போட்டு, ஒரு திருப்பு திருப்பவும்.

❖ அதற்குப் பிறகு விழுதாக அரைத்த கலவையைப் போட்டு, ருசிக்கேற்ப உப்பு போட்டு வதக்கி, ஊற வைத்து, வடி கட்டிய குதிரைவாலி அரிசி, வறுத்த பாசிப் பருப்பைப் போட்டு ஒரு கிளறு கிளறவும்.

❖ பின் அதனுடன் 4 கப் தண்ணீர் விட்டு மூடி 3 விசில் வரும் வரை வைத்து (மிக முக்கியம் - அடுப்பை சிம்மில் வைக்கவும்) பின் இறக்கவும். சுவையானகுதிரை வாலி அரிசி பருப்பு சாதம் தயார்.

❖ பிரஷர் குறைந்ததும் குக்கர் திறந்து சூடாக வெங்காய வெள்ளரிக்காய் பச்சடி வைத்துப் பரிமாறலாம். அல்லது காரசாரமான கத்திரிக்காய் கறுப்பு எள்ளு குழம்புடனும் பரிமாறலாம்.

67. குதிரைவாலி அரிசி பிடி கொழுக்கட்டை

தேவையான பொருள்கள்:

குதிரைவாலி அரிசி - 1 1/2 கப் (சிறு தீயில் வெறும் வாணலியில் நிறம் மாறி விடாமல் ஒரு நிமிடம் வறுத்து மிக்ஸியில் ஒரு சுற்று சுற்றி பொடித்து வைக்கவும்)

சற்று கரகரப்பாக பொடித்த துவரம் பருப்பு - 1/4 கப்

ஊற வைத்த கடலைப் பருப்பு - 2 டேபிள் ஸ்பூன்

துருவிய தேங்காய் - 1/4 மூடி

பொடியாக நறுக்கிய பச்சை மிளகாய் - 1 டேபிள் ஸ்பூன்

உப்பு - ருசிக்கேற்ப

பொடியாக நறுக்கிய இஞ்சி - 1 டேபிள் ஸ்பூன்

சுடு தண்ணீர் - 2 1/4 கப்

தாளிக்க:

சமையல் எண்ணெய் - 1 டேபிள் ஸ்பூன்

கடுகு - 1 டீ ஸ்பூன்

உளுத்தம் பருப்பு - 1/2 டீ ஸ்பூன்

பெருங்காயப் பொடி - 1/2 டீ ஸ்பூன்

பொடியாக நறுக்கிய கறிவேப்பிலை - சிறிது

செய்முறை:

❖ அடி கனமான ஒரு வாணலியை அடுப்பிலேற்றி, தீயை நிதானமாக வைக்கவும். எண்ணெய் ஊற்றிக் காய்ந்ததும் தாளிக்கக் கொடுத்துள்ள

பொருள்களைத் தாளித்து, பின் துருவிய தேங்காய், நறுக்கிய பச்சை மிளகாய், இஞ்சி துண்டுகள் சேர்த்து வதக்கவும்.

❖ பின், ருசிக்கேற்ப உப்பு போட்டு, பொடித்த குதிரைவாலி அரிசி ரவை, துவரம் பருப்பு ரவை இரண்டையும் போட்டு ஒரு பிரட்டுப் பிரட்டி, 2 1/4 கப் சுடு தண்ணீர் விட்டு, மாவை நன்கு கிளறவும்.

❖ மாவு ஒன்று சேர்ந்து சுழன்று வரும் பொழுது, ஒரு தட்டில் கொட்டி ஆற வைத்து, பின் பிடி கொழுக்கட்டையாகப் பிடித்து ஆவியில் 10 நிமிடம் வேக வைத்து எடுக்கவும்.

❖ சூடாக குதிரைவாலி அரிசி பிடிக் கொழுக்கட்டையை தேங்காய்ச் சட்னி அல்லது மோர்க் குழம்பு அல்லது தக்காளி சட்னி வைத்துப் பரிமாறவும்.

68. குதிரைவாலி அரிசி ஹால்பாய் (காரம்)

இந்த ஹால்பாய் பெங்களூருவைச் சேர்ந்த ஒரு உணவு பதார்த்தம். நமது மோர்க்களி மாதிரியே இருக்கும்.

தேவையான பொருள்கள்:

குதிரைவாலி அரிசி மாவு - 2 கப்

நீர்க்க கடைந்த மோர் - 4 கப்

உப்பு - ருசிக்கேற்ப

தாளிக்க:

சமையல் எண்ணெய் - 2 டேபிள் ஸ்பூன்

பொடியாக நறுக்கிய மோர் மிளகாய் - 2 டேபிள் ஸ்பூன்

கடுகு - 1/2 டி ஸ்பூன்

பெருங்காயப் பொடி - சிறிது

பொடியாக நறுக்கிய கறிவேப்பிலை - சிறிது

செய்முறை:

❖ ஒரு நான்ஸ்டிக் வாணலியை அடுப்பில் வைத்து, மிதமான தீயில் தாளிக்கக் கொடுத்த பொருள்களைத் தாளித்து, (மோர் மிளகாயை நன்கு கறுப்பு நிறம் வரும் வரை வறுக்கவும்). அடுப்பை சிம்மில் வைக்கவும்.

❖ பின் குதிரைவாலி அரிசி மாவை (2கப்), நீர்க்க் கடைந்த மோர் (4 கப்) ஊற்றி, கட்டியில்லாமல் கரைத்து, ருசிக்கேற்ப உப்பு போடவும் (உப்பு பார்த்துப் போடவும்; மோர் மிளகாய் வற்றலில் உப்பு இருக்கும்).

❖ கரைசலை வாணலியில் விட்டு நன்கு கிளறவும். மாவு வெந்து, ஒன்று திரண்டு வரும் பொழுது, எண்ணெய் தடவிய தட்டில் கொட்டி, ஆறியதும் வில்லைகள் போட்டு, வெங்காய வெந்தயக் குழம்புடன் பரிமாறவும்.

69. குதிரைவாலி அரிசி தோசை

தேவையான பொருள்கள்:

குதிரைவாலி அரிசி - 3 கப்

வெள்ளை முழு உளுந்து - 1 கப்

கடலைப் பருப்பு - 2 டேபிள் ஸ்பூன்

வெந்தயம் - 1 டி ஸ்பூன்

அவல் - 1/4 கப்

உப்பு - ருசிக்கேற்ப

செய்முறை:

❖ குதிரைவாலி அரிசி, கடலைப் பருப்பு இவற்றைக் கழுவி அவல் சேர்த்து 3 மணி நேரம் ஊற வைக்கவும்.

❖ உளுந்தை தனியே வெந்தயம் சேர்த்து 3 மணி நேரம் ஊற வைக்கவும்.

❖ 3 மணி நேரத்துக்குப் பிறகு உளுந்து, வெந்தயம், அரிசி, கடலைப் பருப்பு, அவல் அனைத்தையும் சேர்த்து தோசை மாவு பதத்துக்கு அரைத்துக்கொண்டு உப்பு போட்டு கலக்கவும்.

❖ அடுத்து மாவை புளிக்க வைக்கவும். 7 அல்லது 8 மணி நேரம் வைத்தால் மாவு புளித்து விடும்.

வெஜிடெபிள் மிக்ஸ் சேர்த்து கலக்கும் விதம்

தேவையான பொருள்கள்:

துருவிய காரட், துருவிய கோஸ் (தலா) - 1 டேபிள் ஸ்பூன்

பொடியாக நறுக்கிய வெங்காயம் - 2 டேபிள் ஸ்பூன்

பொடியாக நறுக்கிய பச்சை மிளகாய், இஞ்சி (தலா) - 1 டேபிள் ஸ்பூன்

பொடியாக நறுக்கிய பச்சை கொத்தமல்லித் தழை, கறிவேப்பிலை - சிறிது

உப்பு - ருசிக்கேற்ப (பார்த்துப் போடவும், மாவில் உப்பு இருக்கும்)

தாளிக்க:

சமையல் எண்ணெய் - 1 டேபிள் ஸ்பூன்

கடுகு - 1 டி ஸ்பூன்

செய்முறை:

- மேற்கூறிய குதிரைவாலி அரிசி தோசை மாவு புளித்ததும் அதனுடன் துருவிய காய்கறிகள், நறுக்கிய வெங்காயம், இஞ்சி, பச்சை மிளகாய், மல்லி தழை, கறிவேப்பிலை எல்லவற்றையும் போட்டு கூடவே ருசிக்கேற்ப உப்பையும் சேர்த்துக் கலந்து, கூடவே மாவில் கடுகு தாளித்துக் கொட்டிக் கலக்கவும்.

- நன்கு கலந்த மாவை சற்று தடிமனான தோசைகளாக வார்த்து, இரு புறமும் திருப்பிப் போட்டு சமையல் எண்ணெய் விட்டு பொன்னிற மாகச் சுட்டு, சூடாக புதினாக சட்னி, சாம்பார் வைத்துப் பரிமாறவும்.

70. குதிரைவாலி அரிசி அடை

தேவையான பொருள்கள்:

குதிரைவாலி அரிசி - 1 டம்ளர்

புழுங்கல் அரிசி - 1/2 டம்ளர்

துவரம் பருப்பு - 1/2 டம்ளர்

கடலைப் பருப்பு - 1/2 டம்ளர்

பயத்தம் பருப்பு (பாசி பருப்பு) - 1 பிடி

உளுத்தம் பருப்பு - 1 பிடி

உப்பு - ருசிக்கேற்ப

மிளகாய் வற்றல் - 6

பொடியாக நறுக்கிய சாம்பார் வெங்காயம் - 2 கை அளவு

பொடியாக நறுக்கிய மல்லித் தழை, கறிவேப்பிலை சிறிதளவு

அடை சுட்டு எடுக்க

சமையல் எண்ணெய் - தேவையான அளவு

செய்முறை:

- குதிரைவாலி அரிசி, புழுங்கல் அரிசி, துவரம் பருப்பு, கடலைப் பருப்பு, பாசி பருப்பு, உளுத்தம் பருப்பு, வரமிளகாய் இவற்றைக் கழுவி, தண்ணீர் விட்டு 2 மணி நேரம் ஊற வைக்கவும்.

- 2 மணி நேரத்துக்குப் பிறகு தண்ணீரை வடித்து விட்டு, சற்று கரகரப்பாக அரைக்கவும். உப்பு போட்டு கலந்து 2 மணி நேரம் வைக்கவும்.

- பின் நறுக்கி வைத்துள்ள சாம்பார் வெங்காயம், மல்லித் தழை, கறிவேப்பிலை போட்டு கலந்து, சூடான தோசைக் கல்லில்

அடைகளாகச் சுட்டு, இரு புறமும் திருப்பிப் போட்டு சமையல் எண்ணெய் விட்டு முறுகலாக எடுக்கவும்.

❖ சூடான அடையுடன் அவியல், வெண்ணெய், வெல்லம் வைத்துப் பரிமாறவும்.

71. குதிரைவாலி அரிசி உப்புமா

தேவையான பொருள்கள்:

குதிரைவாலி அரிசி ரவை - 2 கப்

(ஊற வைத்து) சற்றுக் கரகரப்பாக அரைத்த கடலைப் பருப்பு - 1/4 கப்

துருவிய தேங்காய் - 1/4 கப்

உப்பு - ருசிக்கேற்ப

சுடு தண்ணீர் - 3 கப்

தாளிக்க:

தேங்காய் எண்ணெய் - 2 டேபிள் ஸ்பூன்

கடுகு - 1 டி ஸ்பூன்

உளுத்தம் பருப்பு - 1 டி ஸ்பூன்

பொடியாக நறுக்கிய பச்சை மிளகாய் - 1 டேபிள் ஸ்பூன்

பொடியாக நறுக்கிய கறிவேப்பிலை - சிறிது

பெருங்காயப் பொடி - 1/2 டி ஸ்பூன்

செய்முறை:

❖ ஒரு பிரஷர் குக்கரை அடுப்பிலேற்றி, தேங்காய் எண்ணெய் ஊற்றி நிதானமான தீயில் கடுகு, உளுத்தம்பருப்பு, பெருங்காயப் பொடி, பச்சை மிளகாய், கருவேப்பிலை போட்டு தாளித்து, பின்பு தேங்காய் துருவலைப் போட்டு ஒரு பிரட்டு பிரட்டவும்.

❖ பின் குதிரைவாலி அரிசி ரவை, கரகரப்பாக அரைத்த கடலைப் பருப்பு, ருசிக்கேற்ப உப்பு மூன்றையும் போட்டுக் கிளறி, 3 கப் சுடு தண்ணீர் விட்டு மூடி, சிம்மில் வைக்கவும்.

❖ குக்கர் 3 விசில் வந்தவுடன் இறக்கி, பிரஷர் குறைந்ததும் திறந்து உப்புமாவைக் கிளறி, சூடாக கத்திரிக்காய் கொத்சு, தேங்காய் சட்னி வைத்துப் பரிமாறவும்.

தேவையான பொருள்கள்:

குதிரைவாலி அரிசி - 2 கப்

பொடியாக நறுக்கிய காரட், பீன்ஸ் - 1 கப்

பச்சை பட்டாணி - 1/4 கப்

பொடியாக நறுக்கிய பெரிய வெங்காயம் - 1 கப்

இஞ்சி, பூண்டு விழுது - 1 டீ ஸ்பூன்

உப்பு - ருசிக்கேற்ப

தாளிக்க:

நெய் - 1 டேபிள் ஸ்பூன்

சமையல் எண்ணெய் - 1/2 டேபிள் ஸ்பூன்

பட்டை - 1 சிறிய துண்டு

கிராம்பு - 2

ஏலக்காய் - 1

கீறிய பச்சை மிளகாய் - 2

செய்முறை:

❖ குதிரைவாலி அரிசியைக் கழுவி, 1/2 மணி நேரம் ஊற வைக்கவும்.

❖ பின் அடுப்பில் ஒரு பிரஷர் குக்கரை வைத்து, நிதானமான தீயில் தாளிக்கக் கொடுத்த பொருள்களை போட்டுத் தாளித்து, பின் இஞ்சி, பூண்டு விழுது, பெரிய வெங்காயத்தைப் போட்டு வதக்கவும்.

❖ வெங்காயம் வதங்கியதும், கூடவே நறுக்கிய புதினா, ருசிக்கேற்ப உப்பு போட்டு வதக்கி, குதிரைவாலி அரிசியை வடிகட்டி சேர்த்து, கலந்து, 4 கப் சுடு தண்ணீர் விட்டு, மூடி, வேகவிடவும். அடுப்பை சிம்மில் வைக்கவும்.

❖ குக்கர் 3 விசில் ஆனதும் இறக்கி, கலந்து சூடாக வெங்காய தயிர் பச்சடி, பொரித்த அப்பளம் வைத்துப் பரிமாறவும்.

73. குதிரைவாலி, நூல்கோல் சாப்ஸ்

தேவையான பொருள்கள் – (1) விழுதாக அரைக்கவும்

லேசாக வறுத்த குதிரைவாலி அரிசி - 2 டேபிள் ஸ்பூன்

துருவிய தேங்காய் - 1/4 கப்

மிளகாய் வற்றல் - 2

சோம்பு - 1 டீ ஸ்பூன்

பச்சை மிளகாய் - 1

மஞ்சள் பொடி - 1/4 டீ ஸ்பூன்

தேவையான பொருள்கள் - (2)

தோல் எடுத்து சற்று தடிமனாக நீளமாக நறுக்கிய நூல்கோல் துண்டுகள் - 3 கப்

நீளமாக, சன்னமாக நறுக்கிய பெரிய வெங்காயம் - 1 கப்

நீளமாக, சன்னமாக நறுக்கிய தக்காளி துண்டுகள் - 1/2 கப்

இஞ்சி, பூண்டு விழுது - 1 டீ ஸ்பூன்

உப்பு - ருசிக்கேற்ப

தாளிக்க:

சமையல் எண்ணெய் - 3 டேபிள் ஸ்பூன்

கடுகு - 1 டீ ஸ்பூன்

கிள்ளிய கறிவேப்பிலை - சிறிது

மேலே அலங்கரிக்க

பொடியாக நறுக்கிய பச்சை கொத்தமல்லி - சிறிதளவு

செய்முறை:

❖ அடி கனமான ஒரு நான்ஸ்டிக் கடாயை அடுப்பிலேற்றி, எண்ணெய் ஊற்றி மிதமான சூட்டில் காய்ந்ததும், தாளிக்கக் கொடுத்த பொருள்களைத் தாளித்து, பின் நறுக்கிய வெங்காயம், தக்காளி, இஞ்சி, பூண்டு விழுது போட்டு வதக்கவும்.

❖ அடுத்து நறுக்கிய நூல்கோல் துண்டுகளைப் போட்டு லேசாக வதக்கி, கடாயை மூடி வைத்து, அடுப்பை சிம்மில் வைத்து வேகவிடவும்.

❖ அவ்வப்போது மூடி திறந்து கிளறி விட்டு 20 நிமிடம் கழித்து நூல்கோல் துண்டுகள் வெந்த பிறகு, நைசாக அரைத்த விழுதைப் போட்டு, வதக்கி, 5 நிமிடம் சிம்மில் வைத்து, ருசிக்கேற்ப உப்பு போட்டு கிளறவும்.

❖ கடைசியாக கொத்தமல்லித் தழையை மேலே தூவி இறக்கினால சூடாக குதிரைவாலி, நூல்கோல் சாப்ஸ் ரெடி. இதை சாம்பார் சாதம், ரசம் சாதம், தயிர் சாதம், சப்பாத்தி இவற்றுடன் வைத்துப் பரிமாற சூப்பரோ, சூப்பர்.

74. குதிரைவாலி அரிசி பால் பாயசம்

தேவையான பொருள்கள்:

குதிரைவாலி அரிசி - 1 கை அளவு

பால் - 2 லிட்டர்

சர்க்கரை - 1 1/2 கப்

குங்குமப் பூ - சிறிது

செய்முறை:

❖ குதிரைவாலி அரிசியை நன்கு கழுவி, தண்ணீரில் 20 நிமிடம் ஊற வைக்கவும்.

❖ பின் அடி கனமான ஒரு கல்கத்தா வாணலியை அடுப்பிலேற்றி, 2 லிட்டர் பால் விட்டுக் காய்ச்சவும்.

❖ பால் பொங்கி வரும் பொழுது, ஊற வைத்துள்ள குதிரைவாலி அரிசியை நீர்வடிகட்டிப் போடவும். அடுப்பை சிம்மில் வைத்து, அரிசி வேகும் வரை கொதிக்க விடவும்.

❖ அரிசியும் வெந்து, பால் சுண்டியிருக்கும் பொழுது, சர்க்கரை, குங்குமப் பூ சேர்த்து மேலும் சிம்மில் 10 நிமிடம் கொதிக்க வைத்து, சூடாகவோ அல்லது சில்லென்றோ பரிமாறவும்.

75. குதிரைவாலி அரிசி வடை

வடை மாவுக்குத் தேவையான பொருள்கள்:

குதிரைவாலி அரிசி - 1 கப்

கடலைப் பருப்பு - 1/4 கப்

பாசி பருப்பு - 1/4 கப்

உளுத்தம் பருப்பு - 1/2 கப்

துவரம் பருப்பு - 1/4 கப்

மிளகாய் வற்றல் - 6

வடை மாவில் கலக்கத் தேவையான பொருள்கள்:

துருவிய தேங்காய் - 1/4 கப்

பொடியாக நறுக்கிய கோஸ் - 1/4 கப்

பொடியாக நறுக்கிய பச்சை மிளகாய் - 3

உப்பு - ருசிக்கேற்ப

பொடியாக நறுக்கிய பச்சை கொத்தமல்லித் தழை, கறிவேப்பிலை சிறிதளவு

பெருங்காயப் பொடி - 1/2 டீ ஸ்பூன்

வடை பொரிக்க

சமையல் எண்ணெய் - தேவையான அளவு

செய்முறை:

❖ முதலில் வடை மாவுக்குத் தேவையான பொருள்கள் அனைத்தையும் கழுவி, 2 மணி நேரம் ஊற வைத்து, சற்று கரகரப்பாக கெட்டியாக அரைத்துக்கொள்ளவும்.

❖ அடுத்து கரகரப்பாக அரைத்த வடை மாவில் தேங்காய் முதல் பெருங்காயப் பொடி வரை கொடுக்கப்பட்ட பொருள்கள் எல்லா வற்றையும் கலந்து கொள்ளவும்.

❖ அடுப்பில் வாணலி வைத்து எண்ணெய் ஊற்றிக் காய்ந்ததும், மாவை வடைகளாகத் தட்டி (வடையில் சின்ன துளை போடலாம்) எண்ணெயில் பொன்னிறமாகப் பொரித்து, சூடாக தேங்காய் மல்லி சட்னியுடன் பரிமாறவும்.

குறிப்பு:

குதிரைவாலி அரிசியில் செய்த பாயசத்துடன் இந்த குதிரைவாலி அரிசி வடை சரியான ஜோடிதான். ருசி மனத்தை அள்ளும்.

76. குதிரைவாலி அரிசி சக்கர் பாரா

தேவையான பொருள்கள்:

குதிரைவாலி அரிசி மாவு - 1/4 கப்

மைதா - 2 கப்

ஏலப் பொடி - 1/2 டீ ஸ்பூன்

பொடித்த சர்க்கரை - 3/4 கப்

நெய் - 2 1/4 டீ ஸ்பூன்

சக்கர் பாரா பொரிக்க

சமையல் எண்ணெய் - தேவையான அளவு

செய்முறை:

❖ முதலில் ஒரு அகலமான தட்டில் நெய், பொடித்த சர்க்கரை சேர்த்துக் குழைத்து கலக்கவும். பின் மைதா, குதிரைவாலி அரிசி மாவு, ஏலப்

பொடி சேர்த்து நன்கு கலந்து, தண்ணீர் தெளித்து, பூரி மாவு பதத்துக்கு மாவு பிசைந்து 30 நிமிடம் மூடி வைக்கவும்.

❖ 30 நிமிடத்துக்குப் பிறகு, மாவை ஒரு பெரிய சப்பாத்தியாக இட்டு, ஒரு கத்தி வைத்து, சின்ன சின்ன வில்லைகளாக நறுக்கி, சூடான எண்ணெயில் பொன்னிறமாகப் பொரித்தெடுத்து, காற்று புகாத டப்பாவில் எடுத்து வைக்கவும். ஸ்நேக்ஸாக சாப்பிடத் தரவும்.

❖ குழந்தைகளுக்கு இந்த சத்தான நொறுக்குத் தீனி மிகவும் பிடிக்கும்.

77. குதிரைவாலி அரிசி கூட்டான் சோறு

தேவையான பொருள்கள்:

குதிரைவாலி அரிசி - 1 கப் (20 நிமிடம் ஊற வைக்கவும்)

துவரம் பருப்பு - 1/4 கப் (1/2 மணி நேரம் ஊற வைக்கவும்)

பொடியாக நறுக்கிய பீன்ஸ், காரட், உருளைக் கிழங்கு - 1/2 கப்

நறுக்கிய கத்திரிக்காய் - 1

நறுக்கிய மாங்காய் துண்டுகள் - 1/4 கப்

நறுக்கிய அவரைக்காய் துண்டுகள் - சிறிது

நறுக்கிய முருங்கைக்காய் துண்டுகள் - 6

உருவிய முருங்கைக் கீரை - 1/4 கப்

நறுக்கிய அரைக் கீரை - 1/4 கப்

வேக வைத்த வெள்ளை கொண்டைக் கடலை - 1/4 கப்

வேக வைத்த வேர்க் கடலை - 3 டேபிள் ஸ்பூன்

உப்பு - ருசிக்கேற்ப

தண்ணீர் - 3 1/2 கப்

பொடியாக நறுக்கிய சாம்பார் வெங்காயம் - 1/2 கப்

காய்ந்த மிளகாய் விழுது - 1/2 டி ஸ்பூன்

புளித் தண்ணீர் - 1/4 கப்

தாளிக்க:

சமையல் எண்ணெய் - 2 டேபிள் ஸ்பூன்

கடுகு - 1 டி ஸ்பூன்

மஞ்சள் பொடி - 1/4 டி ஸ்பூன்

கீறிய பச்சை மிளகாய் - 2

நறுக்கிய கறிவேப்பிலை - சிறிது

பெருங்காயப் பொடி - 1/4 டி ஸ்பூன்

மேலே அலங்கரிக்க

நறுக்கிய பச்சை கொத்தமல்லி - சிறிது

செய்முறை:

- ❖ அடுப்பில் பிரஷர் குக்கர் வைத்து, மிதமான தீயில் தாளிக்கக் கொடுத்த பொருள்களைப் போட்டுத் தாளித்து, முதலில் சாம்பார் வெங் காயத்தைப் போட்டு பொன்னிறமாக வதக்கவும்.

- ❖ பின் நறுக்கிய காய்கறி வகைகள், கீரை வகைகள், மாங்காய் என் ஒன்றன் பின் ஒன்றாகச் சேர்த்து வதக்கி, ஊற வைத்த குதிரைவாலி அரிசி, துவரம் பருப்பை சேர்த்து கிளறி விடவும்.

- ❖ கூடவே, கொண்டைக் கடலை, வேர்க் கடலை, அரைத்த மிளகாய் விழுது சேர்த்து 4 1/2 கப் தண்ணீர் விட்டு, 3 விசில், 8 நிமிடம் சிம்மில் வைத்திக்கவும்.

- ❖ பின் பிரஷர் போனதும் குக்கர் திறந்து, கிளறி, புளித் தண்ணீர், உப்பு சேர்த்து, மேலும் இரண்டு கொதி கொதிக்க விடவும்.

- ❖ பின் அடுப்பிலிருந்து இறக்கி, மல்லித் தழை தூவி சூடாக பொரித்த அப்பளத்துடன் பரிமாறவும்.

குறிப்பு:

தேவைப்பட்டால் வெங்காய வடகம் தாளித்துப் போடலாம். கூட்டான் சோறு, ஒரு கிராமிய உணவு. நெல்லை பக்கம் ரொம்ப ஸ்பெஷல்.

சோளம்

78. சோள இட்லி

தேவையான பொருள்கள்:

வெள்ளை சோளம் - 3 கப்

இட்லி புழுங்கல் அரிசி - 1 கப்

உளுந்து - 1 கப்

உப்பு - ருசிக்கேற்ப

செய்முறை:

❖ சோளத்தை நன்கு கழுவி, தண்ணீரில் 7 மணி நேரம் ஊற வைக்கவும்.

❖ அடுத்து இட்லி புழுங்கல் அரிசியை 2 மணி நேரம் ஊற வைக்கவும். உளுந்தை தனியே 1 மணி நேரம் ஊற வைக்கவும்.

❖ பிறகு உளுந்தை முதலில் பொங்கப் பொங்க அரைக்கவும். அடுத்து சோளம், புழுங்கல் அரிசியை நன்கு அரைக்கவும். உப்பு போட்டு இரண்டு மாவையும் கரைத்து 8 மணி நேரம் புளிக்க வைத்து, இட்லிகளாக வார்க்கவும்.

❖ சூடாக தக்காளி, வெங்காய சட்னியுடன் பரிமாறவும்.

குறிப்பு:

சோளம் கிரைண்டரில் சீக்கிரம் அரையாது. அதனால் ஊற வைத்த சோளத்தை மிக்ஸியில் இரண்டு சுற்று சுற்றி பின் கிரைண்டரில் அரைக்கவும்.

79. வெள்ளை சோள தோசை

தேவையான பொருள்கள்:

வெள்ளை சோளம் - 1 கப்

பச்சரிசி - 1 கப்

இட்லி புழுங்கல் அரிசி - 1 டேபிள் ஸ்பூன்

உளுந்து - 1/2 கப்

வெந்தயம் - 1 டீ ஸ்பூன்

உப்பு - ருசிக்கேற்ப

தோசை சுட்டு எடுக்க

சமையல் எண்ணெய் - தேவையான அளவு

செய்முறை:

❖ சோளத்தை ஒரு பாத்திரத்திலும் பச்சரிசி+இட்லி அரிசி இரண்டையும் சேர்த்து ஒரு பாத்திரத்திலும், உளுந்து, வெந்தயம் சேர்த்து ஒரு பாத்திரத்திலும் தனித்தனியாக 4 மணி நேரம் ஊற வைக்கவும்.

❖ 4 மணி நேரத்துக்குப் பிறகு அனைத்தையும் ஒன்றாகக் கிரைண்டரில் போட்டு நன்கு அரைத்து, ருசிக்கேற்ப உப்பு கரைத்து, புளிக்க வைக்கவும்.

❖ மறுநாள் காலை புளித்த மாவை எடுத்து தோசைகளாக வார்த்து, சூடாக சட்னி, சாம்பார் வைத்துப் பரிமாறவும்.

80. சோள பீட்ரூட் பராண்டா

பராண்டா என்பது தில்லி பக்கம் மிகவும் பிரபலம். மொத்தமான சப்பாத்தி, பலவித காய் கலவையுடன் செய்யப்படும் பராண்டாவை சாப்பிட்டுப் பாருங்கள்... வாவ், என்ன ருசி! என்பீர்கள்.

தேவையான பொருள்கள்:

சோள மாவு - 1/2 கப்

கோதுமை மாவு - 2 கப்

துருவிய பீட்ரூட் - 1 கப்

துருவிய வெங்காயம் - 1/2 கப்

இஞ்சி, பூண்டு, பச்சை மிளகாய் விழுது - 1 டேபிள் ஸ்பூன்

பொடியாக நறுக்கிய பச்சை கொத்தமல்லி - சிறிது

உப்பு - ருசிக்கேற்ப

பராண்டா சுட்டு எடுக்க

சமையல் எண்ணெய் - தேவையான அளவு

செய்முறை:

❖ ஒரு அகலமான தட்டில் தேவையான பொருள்கள் பட்டியலில் கொடுக்கப்பட்டுள்ள சோளமாவு முதல் உப்பு வரையிலான அனைத்தையும் போட்டு, தண்ணீர் தெளித்து சப்பாத்தி மாவு போல் பிசைந்து 10 நிமிடம் ஊற வைக்கவும்.

❖ பின் மாவை எடுத்து சற்று தடிமனான சப்பாத்தியாக இட்டு, தோசைக் கல்லை அடுப்பில் வைத்து சூடாக்கி, சப்பாத்தியை இரு புறமும் பொன்னிறமாக எண்ணெய் விட்டு சுட்டு எடுகவும்.

❖ சூடாக கெட்டித் தயிர், மாங்காய் அல்லது எலுமிச்சையை வைத்துப் பரிமாறவும்.

81. சோள பொடி வெண்டைக்காய் ஃபிரை

சோளப் பொடி தயாரிக்கத் தேவையான பொருள்கள்:

வெள்ளை சோளம் - 2 டேபிள் ஸ்பூன்

தனியா - 1 டேபிள் ஸ்பூன்

சோம்பு - 1/2 டி ஸ்பூன்

சீரகம் - 1/2 டி ஸ்பூன்

வெள்ளை எள் - 2 டேபிள் ஸ்பூன்

கடலைப் பருப்பு - 1 டி ஸ்பூன்

வரமிளகாய் - 4

வெண்டைக்காய் ஃப்ரைக்குத் தேவையான பொருள்கள்:

சற்று நீளமாக நறுக்கிய வெண்டைக்காய் - 4 கப்

நீளமாக நறுக்கிய பெரிய வெங்காயம் - 1 கப்

நீளமாக நறுக்கிய தக்காளி துண்டுகள் - 2 கப்

இஞ்சி, பூண்டு விழுது - 1 டி ஸ்பூன்

உப்பு - ருசிக்கேற்ப

தாளிக்க:

சமையல் எண்ணெய் - 3 டேபிள் ஸ்பூன்

சீரகம் - 1 டி ஸ்பூன்

மேலே அலங்கரிக்க

பொடியாக நறுக்கிய பச்சை கொத்தமல்லி - சிறிதளவு

செய்முறை:

❖ முதலில் சோளப் பொடி தயாரிக்கத் தேவையான பொருள்கள் எல்லாவற்றையும் வெறும் வாணலியில் பொன்னிறமாக வறுத்து நைசாகப் பொடிக்கவும்.

❖ அடுத்து அகலமான, அடி கனமான ஒரு கடாயை அடுப்பிலேற்றி (நான்ஸ் டிக் வாணலி மிகவும் ஏற்றது), மிதமான தீயில் எண்ணெய் விட்டு, சீரகம் தாளித்து, பின் நறுக்கிய வெங்காயத்தைப் போட்டு வதக்கவும்.

❖ வெங்காயம் வதங்கியதும், அடுத்து வெண்டைக்காயைப் போட்டு வதக்கி, வெண்டைக்காய் 3/4 பதம் வெந்ததும், நறுக்கிய தக்காளி, ருசிக்கேற்ப உப்பு, இஞ்சி, பச்சைமிளகாய் விழுது போட்டு வதக்கவும்.

❖ வெண்டைக்காய் வதங்கியதும், அரைத்த பொடியைப் போட்டு, ருசிக்கேற்ப உப்பு போட்டு கலந்து, அடுப்பிலிருந்து இறக்கி, மல்லி தழை தூவி, சூடாக பரிமாறவும்.

❖ இந்த ஃபிரை மிகவும் ருசியாக இருக்கும். சப்பாத்தி, பூரிக்கு மட்டுமல்ல ரசம் சாதம், சாம்பார் சாதம், மோர்க் குழம்பு சாதம், தயிர் சாதம் மற்றும் எல்லா வகை கலந்த சாத வகைகளுடன் மிகவும் பொருத்தமாக இருக்கும்.

82. சோள மொச்சை க்ரேவி

தேவையான பொருள்கள்

(மசாலா பொடி தயாரிக்க)

வெள்ளை சோளம் - 2 டேபிள் ஸ்பூன்

தனியா - 1/2 டேபிள் ஸ்பூன்

பட்டை - 1 சிறிய துண்டு

கிராம்பு - 2

ஏலக்காய் - 1

இவற்றை வெறும் வாணலியில் பொன்னிறமாக வறுத்துப் பொடிக்கவும்.

தேவையான பொருள்கள்:

வேக வைத்த மொச்சைக் கொட்டை (சிறிது மஞ்சள் பொடி சேர்த்து) - 1 1/2 கப்

நீளமாக நறுக்கிய கத்திரிக்காய் துண்டுகள் - 1 கப்

உப்பு - ருசிக்கேற்ப

விழுதாக அரைக்க:

நறுக்கிய பெரிய வெங்காயம் - 1 கப்

நறுக்கிய தக்காளி துண்டுகள் - 1/2 கப்

புளி - 1 சிறிய சுளை

இஞ்சி - 1 சிறிய துண்டு

பூண்டு - 3 பல்

மிளகாய் வற்றல் - 4

தாளிக்க:

சமையல் எண்ணெய் - 3 டேபிள் ஸ்பூன்

சீரகம் - 1 டீ ஸ்பூன்

மேலே அலங்கரிக்க

பொடியாக நறுக்கிய பச்சை கொத்தமல்லி - சிறிது

செய்முறை:

❖ அடி கனமான ஒரு கடாயை அடுப்பிலேற்றி, நிதானமான தீயில் தாளிக்கக் கொடுத்த பொருள்களைத் தாளித்து, கத்திரிக்காய் துண்டு களைப் போட்டு முக்கால் பதம் வதக்கவும்.

❖ பின் விழுதாக அரைத்த மசாலா கலவையைப் போட்டு, பச்சை வாசனை போகும் வரை வதக்கி, ருசிக்கேற்ப உப்பு போடவும்.

❖ அதற்குப் பிறகு வேக வைத்த மொச்சையைச் சேர்த்து வதக்கி அரைத்த மசாலா பொடியைப் போட்டு, ஒரு கப் தண்ணீர் விட்டு மிதமான தீயில் 5 நிமிடம் கொதிக்க வைத்து, இறக்கி மல்லி தழை தூவவும்.

❖ சூடாக பூரி, பரோட்டா சாதம் புலாவ் வகைகளுடன் பரிமாறவும்.

83. சோளம், வெங்காயத் தாள் சப்பாத்தி

தேவையான பொருள்கள்:

வெள்ளை சோள மாவு - 1/2 கப்

கோதுமை மாவு - 2 கப்

உப்பு - ருசிக்கேற்ப

துருவிய பன்னீர் - 1 கப்

பொடியாக நறுக்கிய பச்சை மிளகாய் - 1 டீ ஸ்பூன்

பொடியாக நறுக்கிய வெங்காயத் தாள் - 1 கை அளவு

சீரகம் - 1 டீ ஸ்பூன்

துருவிய பூண்டு - 2 பல்

சப்பாத்தி சுட்டு எடுக்க

சமையல் எண்ணெய் - தேவையான அளவு

செய்முறை:

❖ தேவையான பொருள்களில் கொடுக்கப்பட்டுள்ள சோள மாவு முதல் பூண்டு வரையிலான பொருள்களை எல்லாம் ஒன்றாகப் போட்டு சப்பாத்தி மாவு பதத்துக்கு பிசைந்து, 15 நிமிடம் மூடி வைக்கவும்.

- ❖ பின் சற்று மொத்தமான சப்பாத்திகளாக இட்டு, சூடான தோசைக் கல்லில் இரு புறமும் எண்ணெய் விட்டுத் திருப்பி, பொன்னிற மானதும் எடுக்கவும்.

- ❖ சூடாக சப்பாத்தியை கெட்டித் தயிர், ஊறுகாய் வைத்துப் பரிமாறவும்.

84. சோள வடை

தேவையான பொருள்கள்:

சோள மாவு - 1/2 கப்

கடலை மாவு - 1 கப்

வேக வைத்து, தோல் எடுத்து துருவிய உருளைக் கிழங்கு - 1/2 கப்

பொடியாக நறுக்கிய பச்சை மிளகாய் - 3

பொடியாக நறுக்கிய வெங்காயம் - 1

பொடியாக நறுக்கிய இஞ்சி - 1 சிறிய துண்டு

வேக வைத்து, சற்று கரகரப்பாக மசித்த வெள்ளை கொண்டைக் கடலை - 1/4 கப்

பொடியாக நறுக்கிய பச்சை கொத்தமல்லி - சிறிது

தாளிக்க:

சமையல் எண்ணெய் - 1 டேபிள் ஸ்பூன்

சீரகம் - 1 டி ஸ்பூன்

தோசை கல்லில் வடையை சுட்டு எடுக்க

சமையல் எண்ணெய் - தேவையான அளவு

செய்முறை:

- ❖ ஒரு கடாயை அடுப்பில் வைத்து எண்ணெய் ஊற்றிக் காய்ந்ததும் சீரகம் தாளித்து வெங்காயத்தைப் போட்டு வதக்கவும்.

- ❖ பின் கூடவே நறுக்கிய இஞ்சி, பச்சை மிளகாய், கொண்டைக் கடலை, உருளைக் கிழங்கு, சோள மாவு, கோதுமை மாவு, கடலை மாவு, ருசிக்கேற்ப உப்பு போட்டு, வதக்கி, நறுக்கிய மல்லி தழையைத் தூவி, சிறிது தண்ணீர் தெளித்து, அடுப்பிலிருந்து இறக்கி, ஆற விடவும்.

- ❖ ஆறியதும் மாவைப் பக்கோடா மாவு பதத்துக்குப் பிசைந்து, சின்னச் சின்ன உருண்டைகளாக உருட்டி, அதனை வடைகளாகத் தட்டி சூடான தோசைக் கல்லில் போட்டு, இரு புறமும் எண்ணெய் விட்டு பொன்னிறமாகச் சுட்டு எடுக்கவும்.

தேவையான பொருள்கள்:

வெள்ளை சோளம் - 1 டேபிள் ஸ்பூன்

உளுத்தம் பருப்பு - 2 டேபிள் ஸ்பூன்

மிளகாய் வற்றல் - 4

பெருங்காயப் பொடி - 1/2 டி ஸ்பூன்

பொடியாக நறுக்கிய பீர்க்கங்காய், சௌ சௌ, காரட், பறங்கிக்காய் (தலா) - 2 டேபிள் ஸ்பூன்

பொடியாக நறுக்கிய பெரிய வெங்காயம் - 1

பொடியாக நறுக்கிய தக்காளி - 1

புளி - 1 சுளை

உப்பு - ருசிக்கேற்ப

மஞ்சள் பொடி - 1/4 டி ஸ்பூன்

சமையல் எண்ணெய் - 3 டேபிள் ஸ்பூன்

பொடியாக நறுக்கிய பச்சை கொத்தமல்லி - ஒரு கை அளவு

செய்முறை:

❖ அடி கனமான ஒரு வாணலியை அடுப்பிலேற்றி, நிதானமாக எரிய விடவும். பின்பு எண்ணெய் விட்டு, எண்ணெய் சூடானதும், வெள்ளை சோளம் போட்டு பொன்னிறமாக வறுத்து தனியே வைக்கவும்.

❖ பின் மீதமுள்ள எண்ணெயில் உளுத்தம் பருப்பு, மிளகாய் வற்றல், வறுத்து தனியாக வைக்கவும்.

❖ அடுத்து வெங்காயத்தை வதக்கி, கூடவே மற்ற காய்கறிகளையும் போட்டு வதக்கவும். தக்காளியைச் சேர்த்து வதக்கவும். மஞ்சள் பொடி, உப்பு, புளி, பெருங்காயம் வைத்து, வாணலியை அடுப்பிலிருந்து இறக்கி, கலவையைச் சற்று ஆற வைக்கவும்.

❖ பின் ஒரு மிக்ஸியில் தனியே வறுத்து வைத்துள்ள சோளத்தைப் பொடித்து, பின் அடுத்தடுத்து வறுத்த உளுத்தம் பருப்பு, மிளகாய் வற்றலையும் போட்டு ஒரு சுற்று சுற்றி, வதக்கிய காய், மல்லித் தழையும் சேர்த்து சற்று கரகரப்பாக அரைக்கவும்.

❖ கலவை சற்று கெட்டியாக இருந்தால், சிறிது தண்ணீர் விட்டு ஒரு சுற்றுச் சுற்றி இறக்கவும்.

❖ ஜோரான இந்த சோள வெஜிடெபிள் துவையல் சூடான சாதம், தோசை, இட்லியுடன் தொட்டுக்கொள்ள அருமையாக இருக்கும்.

தேவையான பொருள்கள்

(விழுதாக அரைக்க)

வறுத்த சோள மாவு - 1 டேபிள் ஸ்பூன்

பச்சை மிளகாய் - 3

இஞ்சி - 1 சிறிய துண்டு

பூண்டு - 2 பல்

பாதாம் - 4

நறுக்கிய பெரிய வெங்காயம் - 1

தால் செய்ய

வேக வைத்த துவரம் பருப்பு - 1/2 கப்

துருவிய பன்னீர் - 1/2 கப்

உப்பு - ருசிக்கேற்ப

மஞ்சள் பொடி - 1/2 டி ஸ்பூன்

கெட்டி தயிர் - 1 டேபிள் ஸ்பூன்

தாளிக்க:

சமையல் எண்ணெய் - 2 டேபிள் ஸ்பூன்

சீரகம் - 2 டி ஸ்பூன்

மேலே அலங்கரிக்க

பொடியாக நறுக்கிய பச்சை கொத்தமல்லி - சிறிது

கசூரி மேத்தி - சிறிது (கையில் கசக்கிச் சேர்க்கவும்)

செய்முறை:

❖ அடி கனமான, அகலமான வாணலியை அடுப்பின் மீது வைத்து, அடுப்பை நிதானமாக எரிய விடவும். கடாயில் எண்ணெய் விட்டுக் காய்ந்ததும், சீரகம் தாளித்து, பின் விழுதாக அரைத்த கலவையைப் போட்டு, பச்சை வாசனை போகும் வரை வதக்கவும்.

❖ வதக்கிய பிறகு, மஞ்சள் பொடி, ருசிக்கேற்ப உப்பு போட்டு வதக்கி, பின் கெட்டித் தயிர் விட்டு 2 நிமிடம் கொதிக்க வைக்கவும்.

❖ பின்பு, வேக வைத்த துவரம் பருப்பு, துருவிய பன்னீர் சேர்த்து, ஒரு கொதி கொதித்ததும் அடுப்பிலிருந்து இறக்கி, மல்லித் தழை, கசூரி

மேத்தியை மேலே அலங்கரித்தால் சோள பன்னீர் தால் ரெடி.

❖ சூடான தாலை, சப்பாத்தி அல்லது சூடான சாதம் உருளைக் கிழங்கு ஃபிரை வைத்துப் பரிமாறவும்.

87. சோள பக்கோடா

தேவையான பொருள்கள்:

வறுத்த சோள மாவு - 1/4 கப்

கடலை மாவு - 1 1/2 கப்

ஓரம் எடுத்து, சின்ன துண்டுகளாக நறுக்கிய ரொட்டித் (Bread) துண்டுகள் - 2 கை அளவு

உப்பு - ருசிக்கேற்ப

தயிர் - 1/2 கப்

பொடியாக நறுக்கிய பச்சை மிளகாய் - 1 டீ ஸ்பூன்

பொடியாக நறுக்கிய பச்சை கொத்தமல்லி - சிறிது

மிளகாய்ப் பொடி - 1/2 டீ ஸ்பூன்

பக்கோடா பொரிக்க

சமையல் எண்ணெய் - தேவையான அளவு

செய்முறை:

❖ முதலில் தேவையான பொருள்கள் பட்டியலில் கொடுத்த வறுத்த சோள மாவு முதல் மிளகாய் பொடி வரையிலான சாமான்களை ஒரு அகலமான தட்டில் போட்டு நன்கு கலந்து, 5 நிமிடம் அப்படியே வைக்கவும்.

❖ பின் ஒரு கடாயை அடுப்பிலேற்றி, பொரிக்கக் கொடுத்த சமையல் எண்ணையை சூடாக்கி, கலந்து வைத்துள்ள மாவை சற்று தண்ணீர் தெளித்துப் பிசைந்து, சின்னச் சின்ன பக்கோடாக்களாக கிள்ளி, பொன்னிறமாகப் பொரித்தெடுக்கவும்.

❖ சூடாக தக்காளி சாஸ், பச்சை சட்னி வைத்துப் பரிமாறவும்.

88. சோள பணியாரம்

தேவையான பொருள்கள்:

ஊற வைத்த சோளம் - 1/4 கப்

பச்சரிசி - 1 கப்

புழுங்கல் அரிசி - 1 கப்

உளுந்து - 1/4 கப்

வெந்தயம் - 1 டீ ஸ்பூன்

உப்பு - ருசிக்கேற்ப

மாவு தயாரிக்கும் முறை

❖ பச்சரிசி, புழுங்கல் அரிசி, உளுந்து, வெந்தயம் இவற்றை நன்கு கழுவி 2 மணி நேரம் ஊற வைக்கவும்.

❖ சோளத்தை 4 மணி நேரம் ஊற வைக்கவும்.

❖ பிறகு முதலில் சோளத்தை மிக்ஸியில் ஒரு சுற்று சுற்றி, பின் மற்ற சாமான்களுடன் கிரைண்டரில் இட்லி மாவு பதத்துக்கு அரைத்துக் கொள்ளவும். ருசிக்கேற்ப உப்பு போட்டு கலந்து, 7 மணி நேரம் புளிக்க வைக்கவும்.

தாளிக்க தேவையான பொருள்கள்:

சமையல் எண்ணெய் - 2 1/2 டீ ஸ்பூன்

கடுகு - 1 டீ ஸ்பூன்

பொடியாக நறுக்கிய பெரிய வெங்காயம் - 2

பொடியாக நறுக்கிய பச்சை மிளகாய் - 3

பொடியாக நறுக்கிய இஞ்சி - சிறிது

பொடியாக நறுக்கிய தேங்காய் பல் - 2 டேபிள் ஸ்பூன்

பொடியாக நறுக்கிய கறிவேப்பிலை, பச்சை கொத்தமல்லி - சிறிது

சோள பணியாரம் செய்முறை:

❖ ஒரு வாணலியை அடுப்பில் வைத்து எண்ணெய் ஊற்றிக் காய்ந்ததும், கடுகு தாளித்து நறுக்கி வைத்துள்ள வெங்காயம், பச்சை மிளகாய், இஞ்சி போட்டு வதக்கி கூடவே தேங்காய் பல், கருவேப்பிலை, கொத்தமல்லித் தழையையும் போட்டு தாளித்து,இறக்கவும்.

❖ ஆறியவுடன் மாவில் கலந்து குழிப் பணியாரக் கல்லில் பணியாரமாக ஊற்றி, இரு புறமும் பொன்னிறமானதும், எடுத்து சூடாகப் பரிமாறவும்.

❖ தொட்டுக்கொள்ள சோள பணியாரத்துக்கு மிளகாய் சட்னி, தேங்காய் சட்னி, தக்காளி சட்னி நல்ல காம்பினேஷன்.

கொள்ளு

89. கொள்ளு கத்திரிக்காய் திரக்கல்

பிரமாதமான சுவை கொண்ட இந்த கொள்ளு கத்திரிக்காய் திரக்கல்
ஒரு செட்டி நாட்டுப் பாரம்பரிய சமையல் வகை.

தேவையான பொருள்கள்:

பொன்னிறமாக வறுத்து சற்று கரகரப்பாகப் பொடித்த கொள்ளு - 1 டேபிள்
ஸ்பூன்

நீளகாக நறுக்கிய கத்தரிக்காய் துண்டுகள் - 3 கப்

நீளமாக, சன்னமாக நறுக்கிய (தோல் எடுத்து) உருளைக் கிழங்கு துண்டுகள் -
1 கப்

நீளமாக நறுக்கிய பெரிய வெங்காயம் - 1 கப்

நீளமாக நறுக்கிய தக்காளி துண்டுகள் - 1 கப்

உப்பு - ருசிக்கேற்ப

விழுதாக அரைக்க:

வெறும் வாணலியில் வறுத்த கசகசா - 1 டி ஸ்பூன்

சீரகம் - 1 டி ஸ்பூன்

சோம்பு - 1/2 டி ஸ்பூன்

மிளகாய் வற்றல் - 5

பூண்டு - 4 அல்லது 5 பற்கள்

கறிவேப்பிலை - 1 டி ஸ்பூன்

புளி - 1 சிறிய சுளை

தாளிக்க:

சமையல் எண்ணெய் - 2 1/2 டேபிள் ஸ்பூன்

சோம்பு - 1/2 டி ஸ்பூன்

கறிவேப்பிலை (கிள்ளியது) - சிறிது

செய்முறை:

❖   அடி கனமான அகலமான ஒரு வாணலியை அடுப்பில் வைத்து
     எண்ணெய் ஊற்றி சோம்பு, கருவேப்பிலை தாளித்து, பின் நறுக்கிய

வெங்காயத்தைப் போட்டு வதக்கவும். பின் நறுக்கிய உருளைக் கிழங்கை போட்டு வதக்கவும்.

❖ கிழங்கு பாதி பதம் வெந்ததும், நறுக்கிய கத்திரிக்காய், நறுக்கிய தக்காளி துண்டுகளைச் சேர்த்து, வதக்கி, காய் 3/4 பதம் வதங்கியதும், ருசிக்கேற்ப உப்பு போட்டுக் கலந்து, விழுதாக அரைத்த கலவையைப் போட்டு அடுப்பை நிதானமாக எரிய விடவும்.

❖ காய் நன்கு சுருள வதங்கியதும், கொள்ளுப் பொடியைப் போட்டு, 2 கப் தண்ணீர் விட்டு கொதிக்க விடவும்.

❖ 5 நிமிடத்துக்குப் பிறகு, அடுப்பிலிருந்து இறக்கி, சாதம், பூரி, சப்பாத்தியுடன் சூடாகப் பரிமாறவும்.

90. கொள்ளு கீரை மசியல்

தேவையான பொருள்கள்:

வேக வைத்து, சற்று மசித்த கொள்ளு - 2 டேபிள் ஸ்பூன்

வேக வைத்த துவரம் பருப்பு - 1 கப்

பூண்டு - 10 பற்கள்

நறுக்கிய அரைக் கீரை - 3 கை

உப்பு - ருசிக்கேற்ப

தண்ணீர் - 1 கப்

தாளிக்க:

சமையல் எண்ணெய் - 2 டேபிள் ஸ்பூன்

கடுகு - 1 டீ ஸ்பூன்

கடலைப் பருப்பு - 1/2 டீ ஸ்பூன்

உளுத்தம் பருப்பு - 1/2 டீ ஸ்பூன்

கிள்ளிய மிளகாய் வற்றல் - 1

சீரகம் - 1 டீ ஸ்பூன்

கிள்ளிய கறிவேப்பிலை சிறிதளவு

செய்முறை:

❖ ஒரு வாணலியை அடுப்பிலேற்றி, ஒரு கப் தண்ணீர் விட்டு, பூண்டு பற்களைப் போட்டு குறைவான தீயில் வேக விடவும்.

❖ பூண்டு பாதி வெந்ததும், வேக வைத்த துவரம் பருப்பு, வேக வைத்த கொள்ளு, கீறிய பச்சை மிளகாய், நறுக்கிய கீரை போட்டு 5 நிமிடம் கொதிக்க விடவும்.

❖ கீரை வெந்ததும், ருசிக்கேற்ப உப்பு போட்டு கலந்து இறக்கவும். தாளிக்கக் கொடுத்தவற்றை எல்லாம் தாளித்துப் போட்டு, சூடான சாதத்துடன் சுடச் சுடப் பரிமாறவும்.

குறிப்பு: வாழைக்காய் மசாலா வதக்கல் இதற்கு தொட்டுக்கொள்ள நல்ல ஜோடி

91. கொள்ளு பருப்பு பொடி

தேவையான பொருள்கள்:

கொள்ளு - 1/4 கப்

பொட்டு கடலை - 2 கப்

மிளகாய் வற்றல் - 4

உப்பு - ருசிக்கேற்ப

தாளிக்க:

சமையல் எண்ணெய் - 2 டேபிள் ஸ்பூன்

கடுகு - 1 டீ ஸ்பூன்

பொடியாக நறுக்கிய பச்சை கொத்தமல்லி - சிறிது

பெருங்காயப் பொடி - 1/2 டீ ஸ்பூன்

நைசாக தட்டிய பூண்டு - 3 பல்

செய்முறை:

❖ முதலில் அடி கனமான வாணலியை அடுப்பில் வைத்து, கொள்ளு 1/4 கப் போட்டு நிதானமான தீயில் பொன்னிறமாக வறுத்து எடுக்கவும்.

❖ பின் அடுப்பை சிம்மில் வைத்து பொட்டு கடலையைப் போட்டு லேசாக பொன்னிறம் வரும் பொழுதே எடுத்து தனியாக வைக்கவும்.

❖ அடுத்ததாக மிளகாய் வற்றலைப் போட்டு லேசாக வறுத்து எடுக்கவும். ஆற வைக்கவும்.

❖ பிறகு முதலில் கொள்ளை மிக்ஸியில் போட்டுப் பொடிக்கவும். கொள்ளு 3/4 பாகம் பொடியானவுடன், பொட்டுக் கடலை, மிளகாய் வற்றல், ருசிக்கேற்ப உப்பு போட்டு பொடிக்கவும்.

❖ இந்தப் பொடியை ஒரு அகலமான தட்டில் வைக்கவும். பின் தாளிக்கக் கொடுத்தவற்றை தாளித்து பொடியில் போட்டு நன்கு கலந்து ஒரு காற்று புகாத பாட்டிலில் எடுத்து வைக்கவும்.

❖ இந்த கொள்ளு பருப்புப் பொடி சூடான சாதம், நெய்யுடன் போட்டுச் சாப்பிட, ஒரு அருமையான காம்பினேஷன்.

குறிப்பு: இந்தப் பொடியைத் தயிர் பச்சடி, பொறியல் மீது தூவவும் பயன்படுத்தலாம்.

92. கொள்ளு (இட்லி) சாம்பார்

தேவையான பொருள்கள்:

வேக வைத்த கொள்ளு - 2 டேபிள் ஸ்பூன்

வேக வைத்த துவரம் பருப்பு - 1/2 கப்

வேக வைத்த பாசி பருப்பு - 1/2 கப்

கீறிய பச்சை மிளகாய் - 2

சாம்பார் பொடி - 2 - 1 டீ ஸ்பூன்

வெல்லம் - 1 சிறிய துண்டு

உப்பு - ருசிக்கேற்ப

மஞ்சள் பொடி - 1/2 டீ ஸ்பூன்

பொடியாக நறுக்கிய சாம்பார் வெங்காயம் - ஒரு கை அளவு

பொடியாக நறுக்கிய தக்காளி - 2

நீர்க்கக் கரைத்த புளிக் கரைசல் - 1 கப்

தாளிக்க:

சமையல் எண்ணெய் - 2 டேபிள் ஸ்பூன்

கடுகு - 1 டீ ஸ்பூன்

சீரகம் - 1 டீ ஸ்பூன்

மேலே அலங்கரிக்க

நெய் - 1 டேபிள் ஸ்பூன்

பொடியாக நறுக்கிய கறிவேப்பிலை, கொத்தமல்லித் தழை - சிறிது

செய்முறை:

❖ அடி கனமான ஒரு வாணலியை அடுப்பிலேற்றி, சமையல் எண்ணெய் விட்டு சூடாக்கி, கடுகு, சீரகம் தாளிக்கவும். அடுப்பை நிதானமாக எரிய விடவும். பின் பொடியாக நறுக்கிய சாம்பார் வெங்காயத்தை வதக்கி, மஞ்சள் பொடி, கீறிய பச்சை மிளகாய், நறுக்கிய தக்காளி சேர்த்து வதக்கவும்.

❖ எல்லாம் நன்கு வதங்கியதும், சாம்பார் பொடி, ருசிக்கேற்ப உப்பு, வெல்லம் சேர்த்து வதக்கி, புளி கரைசலை விட்டு 5 நிமிடம் கொதிக்க வைக்கவும்.

❖ பின்பு வேக வைத்த கொள்ளு, வேக வைத்த துவரம் பருப்பு, பாசிப் பருப்பைக் கொட்டி மேலும் கொதிக்க விடவும். சாம்பார் சற்று கெட்டியாக இருந்தால் சிறிது தண்ணீர் சேர்த்து 5 நிமிடம் கொதிக்க வைத்து, இறக்கவும்.

- ❖ மேலாக நெய் ஊற்றி, கருவேப்பிலை, கொத்தமல்லித் தழை அலங்கரித்தால் ருசியான கொள்ளு டிபன் சாம்பார் ரெடி.

- ❖ சாம்பாரை இட்லி, மினி இட்லி, தோசை வகைகளுடன் பரிமாற - துணைக்கு தேங்காய் சட்னி, தக்காளி சட்னி, சேர்ந்தால் கூட்டணி ஓஹோதான்.

93. கொள்ளு அடை

தேவையான பொருள்கள்:

கொள்ளு - 1/4 கப்

பச்சரிசி - 1 கப்

புழுங்கல் அரிசி - 1 கப்

துவரம் பருப்பு - 1 கப்

கடலைப் பருப்பு - 1 கப்

பாசி பருப்பு - 1/2 கப்

உளுத்தம் பருப்பு - 1/2 கப்

மிளகாய் வற்றல் - 10

உப்பு - ருசிக்கேற்ப

பொடியாக நறுக்கிய சாம்பார் வெங்காயம் - 2 கை அளவு

பொடியாக நறுக்கிய தக்காளி - 2

துருவிய தேங்காய் - 1 கை அளவு

துருவிய இஞ்சி - 1 டேபிள் ஸ்பூன்

பொடியாக நறுக்கிய கறிவேப்பிலை, பச்சை கொத்தமல்லித் தழை - சிறிது

அடை சுட்டு எடுக்க

சமையல் எண்ணெய் - தேவையான அளவு

செய்முறை:

- ❖ கொள்ளை 3 மணி நேரம் ஊற வைக்கவும்.

- ❖ அரிசி வகைகள் + பருப்பு வகைகள், எல்லாவற்றையும் கழுவி மிளகாய் வற்றல் சேர்த்து 3 மணி நேரம் ஊற வைக்கவும்.

- ❖ கொள்ளை முதலில் மிக்ஸியில் ஒரு சுற்று சுற்றி, பிறகு மற்ற சாமான்களுடன் கிரைண்டரில் சற்று கரகரப்பாக அரைக்கவும். தக்காளியையும் சேர்த்து அரைக்கவும். ருசிக்கேற்ப உப்பு சேர்த்து, மாவை 2 மணி நேரம் வைக்கவும்.

- ❖ பின் தோசை சுடுவதற்கு முன்பாக மாவில் நறுக்கிய சாம்பார்

வெங்காயம், துருவிய தேங்காய், துருவிய இஞ்சி, நறுக்கிய மல்லி தழை, கறிவேப்பிலை சேர்த்து நன்கு கலந்து, சூடான தோசை கல்லில் அடைகளாக வார்க்கவும். இரு பக்கமும் எண்ணெய் விட்டு மொறுமொறுப்பாக சுட்டு எடுக்கவும்.

❖ சூடான அடையை அவியலுடன் பரிமாறவும்.

94. கொள்ளு ரசம்

தேவையான பொருள்கள்:

வேக வைத்து மசித்த கொள்ளு - 1/2 கப்

வேக வைத்து தோல் எடுத்த அரைத்த தக்காளி விழுது - 2 கப்

நீர்க்கக் கரைத்த புளி கரைசல் - 1/2 கப்

உப்பு - ருசிக்கேற்ப

சற்று கரகரப்பாக அரைக்க

மிளகு - 1/2 டி ஸ்பூன்

சீரகம் - 1 டி ஸ்பூன்

கறிவேப்பிலை - சிறிது

பூண்டு - 3 பல்

தாளிக்க:

சமையல் எண்ணெய் - 3 டேபிள் ஸ்பூன்

கடுகு - 1 டி ஸ்பூன்

பெருங்காயப் பொடி - சிறிதளவு

வர மிளகாய் (கிள்ளியது) - 2

மேலே தூவ

பொடியாக நறுக்கிய பச்சை கொத்தமல்லி - சிறிது

செய்முறை:

❖ அடி கனமான ஒரு அகலமான பாத்திரத்தில் தக்காளி விழுது, புளித் தண்ணீர், உப்பு போட்டு 3 நிமிடம் கொதிக்க வைத்து, பின் சற்று கரகரப்பாக அரைத்த மிளகு, சீரக, பூண்டு கலவையைப் போட்டு, மேலும் கொதிக்க விடவும்.

❖ ரசம் நுரைகட்டி வரும் பொழுது, வேக வைத்த கொள்ளைப் போட்டுக் கலந்து, கடுகு, பெருங்காயம், வரமிளகாய் தாளித்துக் கொட்டி இறக்கவும்.

❖ மேலே மல்லித் தழை தூவி அலங்கரிக்கவும்.

❖ சுடு சாதத்தில் இந்த கொள்ளு ரசம் ஊற்றி, பொரித்த அப்பளம், பீன்ஸ் பொறியல், பருப்புத் துவையல் வைத்துப் பரிமாறவும்.

95. கொள்ளு அப்பளக் கூட்டு

தேவையான பொருள்கள்:

வேக வைத்த மசித்த கொள்ளு - 1/4 கப்

பொடியாக நறுக்கி வேக வைத்த காய்கறிகள் (காரட், பீன்ஸ், உருளைக் கிழங்கு) - 2 கப்

வேக வைத்த பச்சை பட்டாணி - 1/4 கப்

உப்பு - ருசிக்கேற்ப

தண்ணீர் - 1 கப்

விழுதாக அரைக்க:

துருவிய தேங்காய் - 1 மூடி

பச்சை மிளகாய் - 3

சீரகம் - 1 டி ஸ்பூன்

அரிசி மாவு - 1 டேபிள் ஸ்பூன்

பூண்டு - 1 பல்

தாளிக்க:

சமையல் எண்ணெய் - 2 டேபிள் ஸ்பூன்

கடுகு - 1 டி ஸ்பூன்

உளுத்தம் பருப்பு - 1 டி ஸ்பூன்

பொடியாக நறுக்கிய பெரிய வெங்காயம் - 1

பொடியாக நறுக்கிய தக்காளி - 1

பொடியாக நறுக்கிய கறிவேப்பிலை - சிறிது

மேலே தூவ

லேசாக நசுக்கிய பொரித்த அப்பளம் - 2 கை

செய்முறை:

❖ முதலில் ஒரு அகலமான, அடி கனமான வாணலியை அடுப்பிலேற்றி, நிதானமான தீயில் ஒரு கப் தண்ணீர் விட்டு, வேக வைத்த காய்கறிகள்,

பச்சை பட்டாணி, வேக வைத்து மசித்த கொள்ளு போட்டு 3 நிமிடம் கொதிக்க வைக்கவும்.

❖ பின் ருசிக்கேற்ப உப்பு போட்டு, விழுதாக அரைத்த கலவையைப் போட்டு, அடுப்பை சிம்மில் வைத்து மேலும் 3 நிமிடம் கொதிக்க வைக்கவும்.

❖ பின் தாளித்துக் கொட்டி (தாளிப்பில் வெங்காயம், தக்காளியை நன்கு வதக்கவும்), மேலும் ஒரு கொதி கொதிக்க விட்டு இறக்கவும்.

❖ சூடான கூட்டின் மேல் நசுக்கிய பொரித்த அப்பளத்தைப் போட ஒரு முறை கலந்துவிடவும். பின் சூடான சாதத்துடன் பரிமாறவும். ரசம் சாதம், குழம்பு சாதம் எல்லாவற்றுக்கும் தொட்டுக்கொள்ள சுவையான சைட் டிஷ் இது.

96. கொள்ளு பக்கோடா

தேவையான பொருள்கள்:

முளை கட்டிய கொள்ளு - 2 கப்

கடலை மாவு - 1/2 கப்

அரிசி மாவு - 2 டேபிள் ஸ்பூன்

பச்சை மிளகாய் - 3

இஞ்சி - 1 சிறிய துண்டு

பூண்டு - 1 பல்

சோம்பு - 1 டீ ஸ்பூன்

உப்பு - ருசிக்கேற்ப

பொடியாக நறுக்கிய கறிவேப்பிலை, பச்சை கொத்தமல்லி - சிறிது

சன்னமாக நீளமாக நறுக்கிய பெரிய வெங்காயம் - 2 கை

தேங்காய் துருவல் - 1 கை அளவு

பக்கோடா பொரிக்க

சமையல் எண்ணெய் - தேவையான அளவு

செய்முறை:

❖ முதலில் முளை கட்டிய கொள்ளு, பச்சை மிளகாய் இவற்றைச் சற்று கரகரப்பாக அரைக்கவும். பின் தேவையான பொருள்கள் பட்டியலில் கொடுத்துள்ள மற்ற சாமான்களுடன் கலக்கவும். மாவு கெட்டியாக இருந் தால், சிறிது தண்ணீர் தெளித்து பக்கோடா மாவு பதத்துக்கு பிசையவும்.

❖ பின் ஒரு கடாயில் எண்ணெய் வைத்து சூடாக்கி, பக்கோடாவை கிள்ளிப் போட்டு, பொன்னிறமானதும் எடுத்து, சூடாக தக்காளி சாஸ் வைத்துப் பரிமாறவும்.

குறிப்பு:

பக்கோடாவுக்கு மாவு கலக்கும் பொழுது, சூடான எண்ணெய் 2 டேபிள் ஸ்பூன் கலந்தால், பக்கோடா எண்ணெய் குடிக்காமல், சூப்பராக வரும்.

97. கொள்ளு சேனை வடா

இந்தக் கொள்ளு சேனை வட கர்நாடாகாவின்
பிரசித்தி பெற்ற சிறப்பு அயிட்டம். மிகவும் சுவையானதும்கூட.

தேவையான பொருள்கள்:

வேக வைத்து, மசித்த கொள்ளு - 1/4 கப்

சேனை (சட்டிக் கிழங்கு) தோல் எடுத்து,
துண்டுகளாக நறுக்கி வேக வைத்தது - 2 1/2 கப்

சீரகப் பொடி - 1 டி ஸ்பூன்

பெரிய வெங்காயம் - 1 (பொடியாக நறுக்கியது)

மிளகாய் பொடி - 1 டி ஸ்பூன்

பொடியாக நறுக்கிய பச்சை மிளகாய் - 2

பொடியாக நறுக்கிய கறிவேப்பிலை, பச்சை கொத்தமல்லி - சிறிது

உப்பு - ருசிக்கேற்ப

வடாவைச் சுட்டு எடுக்க

சமையல் எண்ணெய் - தேவையான அளவு

செய்முறை:

❖ மேலே தேவையான பொருள்கள் பட்டியலில் கொடுக்கப்பட்டுள்ள எல்லா சாமான்களையும், ஒரு அகலமான தட்டில் போட்டு நன்கு சப்பாத்தி மாவு பதத்துக்கு பிசையவும்.

❖ பின் மாவை சின்ன உருண்டைகளாக எடுத்து, கையில் வட்ட வடிவமாகத் தட்டி (சற்றுத் தடிமனாக) சூடான தோசைக் கல்லில் போட்டு, மிதமான தீயில் இரு புறமும் பொன்னிறமாகும் வரை, எண்ணெய் விட்டு, சுட்டு எடுக்கவும்.

❖ சுடச் சுட புதினா சட்னி, தக்காளி கெட்சப் வைத்துப் பரிமாறவும்.

98. கொள்ளு பாவ் பாஜி மசாலா [சீஸ் மிக்ஸ்]

பாவ் பாஜி - ஒரு வட நாட்டு சாட் வகை.
இந்த மசாலா கலவையில் சிறிது வேக வைத்த கொள்ளு,
துருவிய சீஸ் சேர்க்கும் பொழுது, சுவை அலாதியாக இருக்கும்.

தேவையான பொருள்கள்:

வேக வைத்து, மசித்த கொள்ளு - 1/4 கப்

பொடியாக நறுக்கி வேக வைத்த (காரட், பீன்ஸ், கோஸ், காலி பிளவர்) கலவை காய்கறிகள் - 2 கப்

வேக வைத்து தோல் எடுத்து மசித்த உருளைக் கிழங்கு - 1

வேக வைத்த பச்சை பட்டாணி - 1 கப்

பொடியாக நறுக்கிய பெரிய வெங்காயம் - 1 கப்

பொடியாக நறுக்கிய தக்காளி - 1/2 கப்

பொடியாக நறுக்கிய பச்சை குடை மிளகாய் - 1/2 கப்

இஞ்சி, பூண்டு விழுது - 1 டீ ஸ்பூன்

உப்பு - ருசிக்கேற்ப

சர்க்கரை - 1/2 டீ ஸ்பூன்

மஞ்சள் பொடி - 1/4 டீ ஸ்பூன்

மிளகாய் பொடி - 1/2 டீ ஸ்பூன்

பாவ் பாஜி மசாலா பொடி - 1 டீ ஸ்பூன்

தாளிக்க:

சமையல் எண்ணெய் - 2 டேபிள் ஸ்பூன்

வெண்ணெய் - 2 டேபிள் ஸ்பூன்

சீரகம் - 1 டீ ஸ்பூன்

மேலே அலங்கரிக்க

பொடியாக நறுக்கிய பச்சை கொத்தமல்லி - சிறிது

வெண்ணெய் - 2 டேபிள் ஸ்பூன்

லுமிச்சை சாறு - 2 டீ ஸ்பூன்

பொடியாக நறுக்கிய வெங்காயம் - 2 டேபிள் ஸ்பூன்

துருவிய சீஸ் - 1/4 கப்

பொடியாக நறுக்கிய பச்சை மிளகாய் - 1

செய்முறை:

❖ அடி கனமான, அகலமான ஒரு வாணலியை அடுப்பில் வைத்து, எண் ணெய் ஊற்றி தாளிக்கக் கொடுத்த பொருள்களைத் தாளித்து, முதலில் பொடியாக நறுக்கிய பெரிய வெங்காயத்தைப் போட்டு வதக்கவும்.

❖ பின் நறுக்கிய தக்காளி, இஞ்சி, பூண்டு கலவை, மஞ்சள் பொடி போட்டு நன்கு வதக்கி, வேக வைத்த கொள்ளு, வேக வைத்த காய்கறிகள், பட்டாணி, உருளைக் கிழங்கு போட்டு நன்கு மசிக்கவும்.

- ❖ பின் அதனுடன் ருசிக்கேற்ப உப்பு, சர்க்கரை, மிளகாய்ப் பொடி போட்டு ஒரு வதக்கு வதக்கி, பொடியாக நறுக்கிய பச்சை குடை மிளகாயைப் போட்டு வதக்கி, பாவ் பாஜி மசாலா பொடி போட்டு வதக்கி, 1 கப் தண்ணீர் விட்டுக் கொதிக்க வைக்கவும்.

- ❖ 5 நிமிடம் கொதித்து, எல்லாம் ஒன்று சேர, சற்று தளர்வாக இருக்கும் பொழுது அடுப்பிலிருந்து இறக்கி, அலங்கரிக்கவும்.

- ❖ சூடாக பாவ் பிரெட் அல்லது பாவ் பன் நடுவில் லேசாகக் கீறி தோசைக் கல்லில் இரு புறமும் வெண்ணெய் போட்டு வாட்டி, சூடாக கொள்ளு பாவ் பாஜியுடன் பரிமாற சுவை மிகவும் அசத்தலோ அசத்தல்.

99. கொள்ளு கீரை போண்டா

தேவையான பொருள்கள்:

வேக வைத்து மசித்த கொள்ளு - 1/4 கப்

சுத்தம் செய்த கழுவி, பொடியாக நறுக்கிய பாலக் கீரை - 1 கப்

சுத்தம் செய்து, கழுவி, பொடியாக நறுக்கிய வெந்தயக் கீரை - 1 கை அளவு

பொடியாக நறுக்கிய இஞ்சி, பச்சை மிளகாய் (தலா) - 1 டி ஸ்பூன்

கடலை மாவு - 1 கப்

உப்பு - ருசிக்கேற்ப

கெட்டி நெய் - 1 டேபிள் ஸ்பூன்

சமையல் சோடா - 1 சிட்டிகை

மிளகாய் பொடி - 1/2 டி ஸ்பூன்

சீரகம் - 1 டி ஸ்பூன்

மஞ்சள் பொடி - 1/4 டி ஸ்பூன்

போண்டா பொரித்து எடுக்க

சமையல் எண்ணெய் - தேவையான அளவு

செய்முறை:

- ❖ ஒரு அகலமான தட்டில் வேக வைத்து மசித்த கொள்ளு, நறுக்கிய கீரை வகைகள், நறுக்கிய இஞ்சி, பச்சை மிளகாய், ருசிக்கேற்ப உப்பு போட்டு கலக்கவும். பின் மிளகாய் பொடி, சீரகம், மஞ்சள் பொடி போட்டு கலக்கவும்.

- ❖ இன்னொரு தட்டில் கெட்டி நெய், சோடா போட்டு நன்கு குழைத்து, மேலே நாம் கலந்து வைத்துள்ள மாவையும் போட்டு, சிறிது சிறிதாக தண்ணீர் தெளித்து, போண்டா மாவு பதத்துக்கு பிசைந்து கொள்ளவும்.

❖ மாவை சின்னச் சின்ன உருண்டைகளாக உருட்டி, சூடான எண்ணெயில், போண்டாவை பொன்னிறமாகப் பொரித்து எடுக்கவும்.

❖ சூடாக போண்டாவை தேங்காய் சட்னி, சாம்பார் வைத்துப் பரிமாறவும்.

100. கொள்ளு பன்னீர் கட்லெட்

தேவையான பொருள்கள்:

வேக வைத்து மசித்த கொள்ளு - 1 கை அளவு

வேக வைத்து, தோல் எடுத்து, துருவிய உருளைக் கிழங்கு - 3 கப்

துருவிய பன்னீர் - 1 கப்

ரொட்டித் தூள் - 1 கப்

பொடியாக நறுக்கிய பச்சை மிளகாய் - 2

இஞ்சி, பூண்டு விழுது - 1/2 டி ஸ்பூன்

சீரகப் பொடி - 1 டி ஸ்பூன்

சோம்பு பொடி - 1/2 டி ஸ்பூன்

பொடியாக நறுக்கிய புதினா இலைகள் - 2 டேபிள் ஸ்பூன்

உப்பு - ருசிக்கேற்ப

துருவிய சுரைக்காய் - ஒரு கை அளவு

கட்லெட் சுட்டு எடுக்க

சமையல் எண்ணெய் - தேவையான அளவு

செய்முறை:

❖ மேலே தேவையான பொருள்கள் பட்டியலில் கொடுத்துள்ள வேக வைத்து மசித்த கொள்ளு முதல் துருவிய சுரைக்காய் வரை அனைத்துப் பொருள்களையும் ஒன்றாகப் போட்டு நன்றாகப் பிசைந்து, சின்ன உருண்டையாக உருட்டிக் கொள்ளவும்.

❖ பின் தேவையான வடிவத்தில் தட்டி, சூடான தோசைக் கல்லில் இரு புறமும் எண்ணெய் விட்டு, பொன்னிறமாக சுட்டு எடுத்து, சூடாக தக்காளி சாஸ், பச்சை சட்னி வைத்துப் பரிமாறவும்.

குறிப்பு: கட்லெட்டை சூடான எண்ணெயில் பொன்னிறமாக பொரித்தும் பரிமாறலாம்.

சைட் டிஷ்

பச்சை சட்னி

எந்த சாட் வகையாக இருந்தாலும் இந்தச் சட்னிதான் மிகவும் முக்கியம்.

தேவையான பொருள்கள்:

கொத்தமல்லித் தழை	-	2 சிறிய கட்டு (பொடியாக நறுக்கவும்)
புதினா	-	1/2 கட்டு (பொடியாக நறுக்கவும்)
பச்சை மிளகாய்	-	2 அல்லது 3 (காரத்துக்கு ஏற்ப)
வெங்காயம்	-	1 பெரியது (பொடியாக நறுக்கவும்)
மாங்காய் /எலுமிச்சை	-	ஒரு துண்டு
		(மாங்காய் பயன்படுத்துவதென்றால் பொடியாக நறுக்கவும். எலுமிச்சம் பழம் பயன்படுத்துவதென்றால் சாறு எடுத்து ஒரு கல் உப்பு போட்டு வைக்கவும். அப்போது தான் கசக்காமல் இருக்கும்.)
சர்க்கரை	-	1 டேபிள் ஸ்பூன்
பூண்டு	-	2 பல் (பொடியாக நறுக்கவும்)
உப்பு	-	தேவையான அளவு

செய்முறை :

மேற்சொன்ன சாமான்களை நன்கு மைய அரைக்கவும். பானி பூரி செய்யும் போது மட்டும் சற்று நீர்க்கக் கரைக்கவும். மற்ற சாட் வகைகளுக்கு பச்சை சட்னி கெட்டியாக இருப்பது நல்லது.

இனிப்பு சட்னி

தேவையான பொருள்கள்:

வெல்லம்(பொடித்தது)	-	8 ஸ்பூன்
மிளகாய் தூள்	-	1/2 ஸ்பூன்
தண்ணீர்	-	1 1/2 கப்
சுக்குப் பொடி	-	2 அல்லது 3 சிட்டிகை
அம்சூர் பொடி	-	2 டேபிள் ஸ்பூன்
உப்பு	-	தேவையான அளவு

தாளிக்க:

சமையல் எண்ணெய்	-	1 டேபிள் ஸ்பூன்
சீரகம்	-	ஒரு ஸ்பூன்

செய்முறை :

❖ முதலில் 1 1/2 கப் தண்ணீரில் வெல்லத்தைக் கரைத்து வடிகட்டவும். இந்த வெல்லக் கரைசலோடு மற்ற சாமான்களைச் சேர்த்து (தாளிக்கும் பொருள்களைத் தவிர) அடுப்பில் வைத்து, மிதமான தீயில் கொதிக்க விடவும். தோசை மாவு பதத்தில், சற்று நீர்க்க இருக்க வேண்டும்.

❖ ஒரு வாணலியில் எண்ணெய்விட்டுக் காய்ந்ததும் சீரகம் போட்டுத் தாளிக்கவும். பின் தாளித்த சீரகத்தை சட்னியில் கலக்கவும். ஆற விடவும். காற்றுப் புகாத டப்பாவில் போட்டு குளிர் சாதனப் பெட்டியில் வைக்கவும்.

குஜராத்தி கடி

தேவையான பொருள்கள் :

கெட்டியான, புளிக்காத தயிர்	-	2 கப்
கடலை மாவு	-	1/2 கப்
கீறிய பச்சை மிளகாய்	-	3
இஞ்சி துருவல்	-	1/4 தேக்கரண்டி
உப்பு ருசிக்கேற்ப		
சர்க்கரை	-	5 தேக்கரண்டி
தண்ணீர்	-	1 1/2 கப்

தாளிக்க :

நெய்	-	1 மேஜைகரண்டி
கடுகு	-	1/4 தேக்கரண்டி
சீரகம்	-	1/2 தேக்கரண்டி
கறிவேப்பிலை	-	சிறுது (கிள்ளி போடவும்)

மேலே தூவ :

சிறிது பொடியாக நறுக்கிய பச்சை கொத்தமல்லித் தழை.

செய்முறை :

❖ கடைந்த தயிரில், கடலைமாவு, தண்ணீர், உப்பு, சர்க்கரை சேர்த்து நன்கு கலக்கவும். ஒரு அடிகனமான பாத்திரத்தில் விட்டு கொதி

வந்தவுடன் அடுப்பை நிதானமாக வைத்து, 5 நிமிடம் கொதித்தவுடன் இஞ்சி துருவல், பச்சை மிளகாய் போட்டு மேலும் 5 நிமிடம் சிறுதீயில் கொதிக்க வைத்து, தாளித்து போட்டு கலந்து மல்லி தழை தூவி, சூடாக பரிமாறவும்.

வாழைக்காய் மசாலா வதக்கல்

தேவையான பொருட்கள் :

வாழைக்காயை தோல் சீவி வட்டமான சற்று தடிமனான விலைகளாக நறுக்கியது- 3கப் (அரைவேக்காடு வேக வைக்கவும்)

உப்பு- ருசிக்கேற்ப

மஞ்சள் பொடி- ஒரு சிட்டிகை

நைசாக அரைக்க :

நறுக்கிய தக்காளி - 4

நறுக்கிய சாம்பார் வெங்காயம் -6

நறுக்கிய இஞ்சி - 1 சிறிய துண்டு

மிளகாய் வற்றல் - 4

தானிக்க :

சமையல் எண்ணெய் - 5 டேபிள் ஸ்பூன்

கடுகு - 1 டீஸ்பூன்

கிள்ளிய கறிவேப்பிலை - சிறிது

செய்முறை :

❖ ஒரு நான் ஸ்டிக் வாணவியை அடுப்பில் வைத்து, மிதமான தீயில் தாளிக்க கொடுத்தவற்றை தாளித்து, அரைத்த மசாலா விழுதை போட்டு சிம்மில் வைத்து, மூடி 10 நிமிடம் வதக்கவும்.

❖ பின் வேக வைத்த வாழைக்காய், ருசிக்கேற்ப உப்பு போட்டு, 1/4 கப் தண்ணீர் விட்டு, மூடி, அடுப்பை சிம்மில் வைக்கவும்.

❖ காய் வெந்து தண்ணீர் வற்றியதும் (மசாலா காயில் நன்கு ஒட்டிக் கொண்டு இருக்கும்) அடுப்பிலிருந்து இறக்கி, சூடான சாதம், நெய், கொள்ளு கீரை மசியல், பொரித்த அப்பளம் வைத்து பரிமாறவும்.

இந்த வாழைக்காய் மசாலா வதக்கல் - கொள்ளு கீரை மசியலுக்கு நல்ல ஒரு காம்பினேஷன்.

• • •